वराहमिहिराचे भूजलविज्ञान

जमिनीखालील पाण्याच्या शोधाचे प्राचीन शास्त्र

प्रा. डॉ. रजनी जोशी

सकाळ प्रकाशन

सकाळ प्रकाशन

Varahamirache Bhujalvidnyan
Jaminikhalil Panyachya Shodhache Pracheen Shastra

वराहमिहिराचे भूजलविज्ञान

जमिनीखालील पाण्याच्या शोधाचे प्राचीन शास्त्र

लेखक : प्रा. डॉ. रजनी जोशी

प्रथम आवृत्ती : डिसेंबर २०१८
दुसरी आवृत्ती : मे २०१९

मांडणी व मुखपृष्ठ : यशोधन लोवलेकर

प्रकाशक : सकाळ मीडिया प्रा. लि.
५९५, बुधवार पेठ,
पुणे - ४११ ००२

ISBN : 978-93-87408-56-2

संपर्क : ०२० -२४४० ५६७८/८८८८८ ४९०५०
sakalprakashan@esakal.com

दादा

जलस्रोतांचा शोध घेण्यासाठी, पर्यायाने शेतकऱ्यांचे जीवन
समृद्ध होण्यासाठी ज्यांनी आयुष्य वेचले,
ते माझे वडील ती. दादा (कै. श्रीनिवास देशपांडे, मळेगांवकर) यांना
व आभाळातल्या पाण्याने सदैव हुलकावणी दिल्यामुळे
ज्याला फक्त डोळ्यांतल्या पाण्याची सोबत लाभली, त्या बळीराजास...

प्रस्तावना

ज्या राष्ट्रांना प्रदीर्घ सांस्कृतिक इतिहास असतो, त्या राष्ट्रांनी विविध कला आणि शास्त्रे यांचा उन्नतकाळ कधी ना कधी अनुभवलेला असतो. ज्ञानक्षेत्रात नवा विचार, नवे संशोधन, नवी मांडणी नेहमी होत असते. या विकासक्रमातसुद्धा भूतकाळाच्या इतिहासाला काही स्थान असते. सांस्कृतिक क्षेत्रातले नवे हे जुन्या मातीत पाय रोवून उभे असेल, तर ते अधिक सकस बनू शकते. साहित्यशास्त्र, शिल्प आणि संगीत यांसारख्या कला, ज्योतिष, खगोल, तर्कशास्त्र, न्यायासारखी दर्शने या सर्व क्षेत्रांत भारतीय परंपरेने विकसित केलेल्या वारशाला दुर्लक्षून या क्षेत्रात भारतीय विचार होऊच शकणार नाही. कित्येक वेळा हे सर्व विसरून नवा शास्त्रीय विचार मांडण्याचा प्रयत्न होतो. परंतु तो चुकीच्या मार्गाने जाण्याचा संभव असतो.

पाणी हा पूर्वी विपुल असलेला आणि आता दुर्मिळ होऊ पाहणारा परिचित पदार्थ आहे. पाण्याचा शोध, पाण्याची सुलभ वाहतूक, पाण्याचा योग्य आणि काटकसरीने वापर, शुद्धीकरणाचे उपाय, पाण्याच्या वापरावर नियंत्रण ठेवण्याची शासनाची जबाबदारी अशा अनेक गोष्टींच्या संदर्भात आज गांभीर्याने विचार केला जात आहे. यातल्या काही बाबींसंबंधी तरी प्राचीन भारतीय विचारवंतांनी केलेले विचार उपलब्ध आहेत. या वैचारिक साठ्याकडे केवळ एक अभिमानाचा विषय म्हणून पाहण्याची गरज नाही, पण तो आजही काही मर्यादेपर्यंत उपयोगी पडू शकणारा असेल तर त्याकडे लोकांचे लक्ष वेधले पाहिजे.

सुमारे १५०० वर्षांपूर्वी म्हणजेच इ. स.च्या पाचव्या शतकाच्या अखेरीस जन्मलेले आणि सहाव्या शतकात आपले लेखनकार्य केलेले 'वराहमिहिर' हे

पाण्याच्या क्षेत्रात मौलिक कामगिरी केलेले एक तज्ज्ञ विचारवंत होते. सूर्योपासक कुलात जन्मलेल्या वराहमिहिरांना शास्त्रीय विचारांची मांडणी कशी करावी, याबद्दलचा आदर्श मानता येईल. 'पंचसिद्धांतिका' आणि 'बृहत्संहिता' हे त्यांचे प्रसिद्ध ग्रंथ. सृष्टी चमत्काराची आणि निसर्गातील घटनाक्रमांची संगती लावण्याचा त्यांनी प्रयत्न केला आहे. बृहत्संहितेमध्ये त्यांनी नोंदवलेली निरीक्षणे ही त्यांच्या शास्त्रीय दृष्टीची द्योतक आहेत. वराहमिहिरांच्या संशोधनापैकी जमिनीखालील पाण्याबद्दलच्या लेखनाची ओळख सोप्या भाषेत मराठी वाचकांना करून देण्यासाठी डॉ. रजनी रामचंद्र जोशी यांनी लिहिलेला शोधनिबंध ग्रंथरूपाने आज प्रसिद्ध होत आहे. या त्यांच्या प्रयत्नामुळे आपल्या परंपरेतील एक महत्त्वाचे उपयुक्त ज्ञान संस्कृत न जाणणाऱ्या मराठी वाचकाला उपलब्ध होत आहे, याबद्दल लेखिकेचे मनःपूर्वक अभिनंदन केले पाहिजे.

डॉ. रजनी जोशी यांनी केवळ पारंपरिक संस्कृत संज्ञांचा वापर करून वराहमिहिर यांच्या ग्रंथांचा अनुवाद केलेला नाही. त्याऐवजी आज भूगर्भजलविज्ञानात वापरल्या जाणाऱ्या नव्या संज्ञा व पद्धती यांचाही योग्य त्या ठिकाणी उल्लेख केला आहे. त्यामुळे वाचकांना हा विषय समजणे अधिक सुलभ झाले आहे. त्यांची भाषा वाचकांना समजावून सांगणारी आहे आणि काही ठिकाणी दिलेले ताजे संदर्भ पुस्तकाचे मूल्य वाढवणारे आहेत.

डॉ. रजनी जोशी या संस्कृतच्या प्राध्यापिका आहेत. संस्कृत शिक्षकांनी केवळ भाषा शिक्षणावर लक्ष केंद्रित न करता संस्कृतमधील उपयुक्त ज्ञानभांडार मराठी व इतर लोकभाषा जाणणाऱ्या वाचकांना खुले करून देण्याचेही कर्तव्य कसे पार पाडावे, याचे उदाहरण डॉ. जोशी यांनी या पुस्तकाद्वारे सादर केले आहे. वाचकांना ते उपयुक्त ठरेल, असा मला विश्वास आहे.

न्या. नरेंद्र चपळगांवकर

निवृत्त न्यायाधीश, उच्च न्यायालय

टीप : या पुस्तकाचा उद्देश आचार्य वराहमिहिर यांनी संशोधित केलेल्या भूगर्भाखालील जलशोधक लक्षणांचा परिचय शेतकऱ्यांना व सर्वसामान्य वाचकांना करून देणे, हा आहे. येथे नमूद लक्षणांच्या आधारे जमिनीखालील पाण्याचा शोध घेऊ इच्छिणाऱ्या शेतकऱ्यांनी काम सुरू करण्यापूर्वी भूवैज्ञानिकांचा सल्ला अवश्य घ्यावा.

मनोगत

आचार्य वराहमिहिर यांनी प्रदीर्घ निरीक्षणांनंतर, परीक्षणांनंतर अनुभवसिद्धतेने 'बृहत्संहिता' या ग्रंथातील दकार्गलाध्यायात भूगर्भातील पाण्याविषयी विचार मांडले आहेत. दकार्गलाध्यायात वराहमिहिरांनी भूगर्भातील जलप्रवाह, त्यांच्या दिशा, भूमीत पाण्यापर्यंत गेलेली झाडे, वारुळे, मातीचे प्रकार, वेली, वनस्पती, खडक, पाणी या सर्वांचाही साकल्याने विचार केला आहे. याबरोबरच जमिनीत पाणी मुरल्यानंतर या पाण्याच्या वेगवेगळ्या चवी, पाण्याची साठवण, पाणी शुद्धीकरणाचे उपाय, या सर्वांचा मूलभूत विचारही केला आहे. प्रस्तुत 'जमिनीखालील पाण्याचा शोध' या पुस्तकात मी वराहमिहिरांनी दिलेल्या सूत्रांचे शास्त्रीय दृष्टिकोनातून विश्लेषण करण्याचा प्रयत्न केला आहे. वराहमिहिर यांचा भूगर्भातील पाण्याचा प्रत्येक सिद्धांत विज्ञानाधिष्ठित आहे. जोपर्यंत या विश्वात माती, वनस्पती, पाणी, झाडे, प्राणी आहेत, तोवर 'दकार्गलाध्याय' शाश्वत राहणार आहे. त्यामुळे या ग्रंथाच्या अभ्यासाला अत्यंत महत्त्व आहे.

आपल्या भूजल संशोधकांना, शेतकऱ्यांना, भूजल अभ्यासकांना, विद्यार्थ्यांना आणि जिज्ञासू चिंतकांना या अभ्यासाचा भूजल शोधण्यासाठी निश्चितच उपयोग होईल असे दिसून येते.

आज एकविसाव्या शतकात वराहमिहिर यांचे भूगर्भविज्ञान पूर्णपणे शास्त्रीय असून जमिनीखालील पाण्याचा (भूजलाचा) शोध लावण्यासाठी सिद्ध आहे, असे अनेक पाश्चात्य व पौर्वात्य शास्त्रज्ञांनी व जलसंशोधकांनी मान्य केले

आहे. त्यानुसार आधुनिक जलशोधन पद्धती व वराहमिहिराची Geo-botanical Prospecting Method वापरून भूगर्भातील पाण्याचे साठे शोधण्याचे काम सुरू केले गेले आहे. या सर्व गोष्टींचा विस्ताराने या पुस्तकात विचार केला आहे.

भूजल अभ्यासाच्या या प्रयत्नामध्ये मला ज्यांचे सहकार्य लाभले, त्यांचा उल्लेख येथे करणे मला महत्त्वाचे वाटते - डॉ. वसंतराव गोवारीकर, न्या. नरेंद्र चपळगांवकर, श्री. मुकुंद घारे, श्री. माधवराव चितळे, श्री. दि.मा. मोरे, डॉ. रमेश आगाशे, डॉ. रविशंकर मेनन, वेदाचार्य कै. नानाजी काळे, श्री. रानडे, श्री. प्रतापराव चिपळूणकर, डॉ. वाय.एल. नेने, श्री. आदिनाथ चव्हाण, आचार्य सुभाषचंद्र, डॉ. रा.ल. जोशी, जलपुरुष राजेंद्रसिंह, श्री. मारुती चितमपल्ली, डॉ. आर.एस. मोरवंचीकर, श्री. विजय लेले, श्री. सतीश कुलकर्णी, डॉ. अजित वर्तक, डॉ. उदय कुलकर्णी, डॉ. खान, डॉ. मच्छिंद्र घाडगे, श्री. अनंत भालेराव, डॉ. कल्याण काळे, डॉ. बी.वाय. यादव, कै. मधुकर फरताडे, श्री. मनोज देशपांडे, श्री. महेश देशपांडे, श्री. मंगेश देशपांडे, ॲड. रामचंद्र जोशी व परिवार, श्री. नारायणराव महानोर, प्रा. मिलिंद जोशी, श्री. चिन्मय वालवडकर, डॉ. बाळासाहेब देशपांडे, श्री. प्रभाकर पडतुरे, डॉ. श्रीकृष्ण माढेकर व श्री. रवींद्र देशपांडे.

वराहमिहिर यांच्या या शास्त्रीय ग्रंथाचा अभ्यास करून आधुनिक जलशोधनाची पद्धती वापरून जर कोणाला भूगर्भातील पाणी मिळवता आले, तर हे पुस्तक लिहिण्याचे सार्थक झाले, असे वाटते. हे पुस्तक वाचून जर एखाद्या शेतकऱ्याला भूजलाची प्राप्ती झाली तर ते या पुस्तकाचे यश आहे, असे मी मानेन.

- डॉ. रजनी जोशी

विषयप्रवेश

निसर्गातील अनेक सत्यांपासून आपण अजूनही अनभिज्ञ आहोत. कोणतेही नव्याने पुढे येणारे विषय हे आजही आपल्याला विचारप्रवृत्त करतात. नजीकच्या दशकांपर्यंत प्राचीन भारतीय विषयांवर मंथन होण्याची प्रक्रिया सुरू होती. या मंथनातून अशा विषयांचे पुनर्शोध संशोधन केले जात असे. याकरिता अनेकांचे संपूर्ण आयुष्य व्रतस्थपणे खर्ची पडे. आज ही प्रक्रिया पुन्हा थांबल्यासारखी वाटते. नवयुगातील शोध आधुनिक विज्ञानाच्या साहाय्याने मांडले जात असल्याने या प्राचीन सत्यशोधनाला खीळ बसली. परंतु प्रा. डॉ. रजनी जोशी या याला अपवाद ठरल्या आहेत.

बार्शीतील शिवाजी महाविद्यालयात संस्कृतच्या अधिव्याख्याता म्हणून कार्यरत असलेल्या डॉ. जोशी यांच्या 'वराहमिहिराचे जलसंशोधन' या शोधनिबंधावर आधारित सदर पुस्तक तयार करण्यात आले आहे. प्रा. डॉ. रजनी जोशी यांनी 'ॲग्रोवन'च्या माध्यमातून संस्कृतमधील हा खजिना मराठीत आणला. या मालिकेमुळे शेतकऱ्यांसह या क्षेत्रात काम करणारे संशोधक, अभ्यासक यांच्यात मंथनास सुरुवात झाली. लातूरमधील शेतकरी प्रकाश पाटील-वांजरखेडकर यांनी यातील लक्षणे आपल्या शेतातील साम्यस्थळांशी प्रत्यक्ष पडताळून पाहिली. ती बरोबर निघाल्याने उत्साही पाटलांनी लगेच तेथे बोअर खणायला घेतली. आज लाखो रुपये खर्च करूनही जमिनीखालील पाणी शोधणे अवघड होत चालले आहे. भूगर्भातील पाणी मिळवण्याला या

अभ्यासामुळे चालना मिळाली आहे. उजाड माळरानावर साडेतीन इंच पाणी लागल्याने त्यांना मोठा दिलासा मिळाला आहे.

पाचव्या शतकातील प्रकांड ज्योतिषी व पर्यावरण शास्त्रज्ञ 'वराहमिहिर' यांनी भूगर्भातील पाण्यावर संशोधन केले. अन्य ऋषींच्या संशोधनालाही आपल्या 'बृहत्संहिता' या ग्रंथात स्थान देऊन एक अमूल्य ठेवा त्यांनी उपलब्ध करून दिला. या शास्त्राचा सखोल अभ्यास प्रा. डॉ. रजनी जोशी यांनी केला. दीड हजार वर्षांपूर्वीच्या या लक्षणांचा आज झालेला उपयोग निश्चितच आशादायक आहे. आपल्या प्राचीन कृषिमुनींचे संशोधन निसर्गाधिष्ठित व आयुर्वेदावर आधारित होते. वनस्पतींच्या मुळापासून ते देठापर्यंतच्या विविध घटकांचे गुणधर्म, त्यांचा केवळ मानवच नव्हे तर पशुप्राण्यांवर होणारा प्रभाव, विविध वनस्पतींचे एकत्रित गुणधर्म आणि त्यांचा उपयोग व उपचार आयुर्वेदाने स्पष्ट केले आहेत. आयुर्वेदाचे महत्त्व आधुनिक जगाला पटू लागले आहे, याचे कारणही निसर्गाधिष्ठित संशोधन हेच आहे. वराहमिहिर यांनी भूगर्भातील पाणी शोधण्यासाठी भूपृष्ठावरील लक्षणांना आपल्या संशोधनाचा आधार दिला. भूगर्भातील जलशिरांमुळे भूपृष्ठावरील वनस्पती, माती आदींचा रंग, रूप लक्षणांवरून अंतर्गत जलशिरा शोधण्याचा मंत्र दिला. लक्षणे सहजगत्या लक्षात येणारी असली तरी त्यांच्या संशोधनासाठी वराहमिहिर यांना आपले आयुष्य खर्च करावे लागले. दीड हजार वर्षांपूर्वी आणि आज नैसर्गिक स्थितीत बराच बदल झाला आहे. अगदी पाणी, माती, यांच्या चव व रंगापासून ते समकालीन झाडांच्या संदर्भातही मोठा फरक आढळून येऊ शकतो. वराहमिहिर यांच्या लक्षणांचा पुनराभ्यास व सरकारी पातळीवर सर्वेक्षण होणे अपेक्षित आहे. पाणी ही मानव, प्राणी व वनस्पती यांची प्राथमिक गरज आहे. त्यामुळे भूगर्भातील जलप्रवाहांचे संवर्धन व त्यांचा योग्य वापर यासाठी आचार्य वराहमिहिर यांचे संशोधन उपयुक्त ठरू शकते. जल पुनर्भरणाच्या शासकीय योजनांमध्ये भौगोलिक रचनेनुसार येथे नमूद केलेल्या लक्षणांचा समावेश केल्यास पाणी टंचाईचे संकट कमी होण्यास मदत होऊ शकते. आज जरी नैसर्गिक स्थितीत बदल झाला असला, तरी भूपृष्ठावरील पाणी अडवताना वराहमिहिर यांच्या लक्षणांचा आधार घेतल्यास भूगर्भातील जलस्त्रोतांचा शोध घेणे शक्य आहे. आपल्या पूर्वजांनी निसर्गाधिष्ठित संशोधन करून भारतीय संस्कृतीचे वेगळेपण जपले. या परंपरेची काळानुरूप जपणूक व वृद्धी होणे आवश्यक वाटते.

पावसाचा थेंब न् थेंब कसा साठवता येईल, भूजल पातळीत कशी वाढ करता येईल, या विषयाकडे आता गंभीरपणे पाहण्याची वेळ आली आहे.

पाचव्या शतकात वराहमिहिर नावाचा प्रकांड ज्योतिषी व पर्यावरण शास्त्रज्ञ होऊन गेला. भूगर्भातील पाण्याचा शोध घेण्याविषयी त्याने स्वत: संशोधन केलेच, शिवाय अन्य ऋषींचे संशोधनही आपल्या 'बृहत्‌संहिता' या ग्रंथात संस्कृत भाषेत लिहून ठेवले आहे. बार्शी येथील श्री शिवाजी महाविद्यालयातील अधिव्याख्याता डॉ. रजनी जोशी यांना हे संशोधन शेतीच्या दृष्टीने महत्त्वाचे वाटले. आजच्या काळात त्याची सुसंगत जोड देता येईल किंवा सध्याच्या संशोधनात त्यातील काही सिद्धान्तांचा, नियमनांचा उपयोग होऊ शकेल असा त्यांना विश्वास आहे.

अनुक्रमणिका

भूजल अभ्यासाची गरज

एकविसाव्या शतकात पाण्याच्या उपलब्धतेबाबत वाढती चिंता हा जागतिक स्तरावरील भेसूर प्रश्न निर्माण झाला आहे. विविध देशांतील हवामान अभ्यासकांनी दिलेले इशारे हे आपण अवर्षणाच्या (दुष्काळाच्या) युगात प्रवेश करीत आहोत हे स्पष्टपणे सूचित करीत आहेत. जलद गतीने वाढणाऱ्या लोकसंख्येसाठी अन्न आणि पाणी यांची मागणी मोठ्या प्रमाणावर वाढत आहे. म्हणूनच जमिनीखालील पाण्याच्या साठ्यांचा शोध घेणे हे अत्यंत गरजेचे झाले आहे.

भारतीय मान्सून हा त्याच्या वैविध्यामुळे सर्वांनाच परिचित आहे. भारतामध्ये जवळजवळ ८५ टक्के पाऊस हा दक्षिण-पश्चिम (नैर्ऋत्य) मान्सूनमुळे जून ते सप्टेंबर या कालावधीत पडतो. आणि दक्षिण भारताच्या काही भागांत उत्तर-पूर्व (आग्नेय) मान्सूनमुळे नोव्हेंबर ते डिसेंबर या कालावधीत पाऊस पडतो. पडणाऱ्या पावसाचे प्रमाण हे वेळ व ठिकाणानुसार विषम असते. त्यामध्ये नियमितता नसल्याने देशातील मोठा भाग शुष्क आणि समशुष्क होत आहे. त्यामुळे कमी पाऊस असलेल्या भागात दुष्काळ पडत आहे.

भूजल म्हणजे काय?

बाष्पीभवन व बाष्पोत्सर्जनाद्वारे ऱ्हास होणारे पाणी वगळता पावसाचे पाणी जमिनीवरून, नदी व नाल्यांमधून वाहते किंवा जमिनीखालील भेगा व छिद्रांमध्ये पाझरते. जमिनीखालील संपृक्त संभाजकांमधील सर्व पोकळ्यांमध्ये भरल्या जाणाऱ्या या पाण्याला भूजल असे संबोधतात. तेव्हा कुठल्याही भागातील पाण्याचे

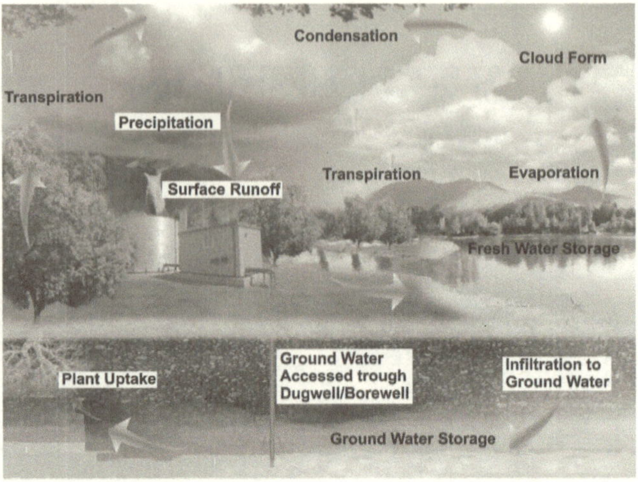

दोन प्रमुख स्रोत म्हणजे भूपृष्ठ जल व भूजल. भूपृष्ठीय जल काही अंश पाझरून भूजलात रूपांतरित होते, तर भूजल संपृक्त झाल्यावर जमिनीवर प्रकट होऊन नाल्यांमधून प्रवाही होते. म्हणूनच मानवी उपयोगासाठी भूपृष्ठीय जल व भूजल हे जरी पाण्याचे दोन प्रमुख स्रोत वाटत असले, तरी ते प्रामुख्याने परिवर्तनीय आहेत आणि म्हणूनच ते दोन वेगवेगळे स्रोत नसून एकाच जलचक्रातील दोन परिवर्तनीय अवस्था आहेत.

पाण्याचे विभाजन

पृथ्वी अवकाशातून निळी दिसत असल्यामुळे तिला नेहमी निळा ग्रह म्हणून संबोधले जाते. पृथ्वीचा जवळपास ७५ टक्के भाग समुद्राने व्यापला असून त्याच्या परावर्तनातून निळा रंग निर्माण होते. पृथ्वीवरील एकूण पाण्याच्या जवळजवळ ९७ टक्के पाणी समुद्रात असून निवळ ३ टक्के पाणी गोडे आहे. सर्वसाधारणपणे हे गोडे पाणी तलाव, सरोवर, नदी, तळे, हिमशिखरे, हिमनद्या आणि भूजल या स्वरूपांत आढळते. यांपैकी फक्त भूजलच विपुल प्रमाणात मानवी उपयोगासाठी उपलब्ध आहे. त्याचे प्रमाण एकूण गोड्या पाण्याच्या ३०.१ टक्के आहे. भारतातील पाण्याची उपलब्धता खूपच विषम व स्थलकालसापेक्ष आहे. भूपृष्ठावरील पाणी व दरवर्षी पुनर्भरित होणारे भूजल मिळून भारतातील पाण्याची एकूण उपलब्धता १,८६९ कोटी घनमीटर इतकी आहे. भूपृष्ठीय व इतर मर्यादांमुळे साधारणपणे ६० टक्के भूपृष्ठीय जल, म्हणजेच ६९० कोटी घनमीटर आणि ४३२ कोटी घनमीटर

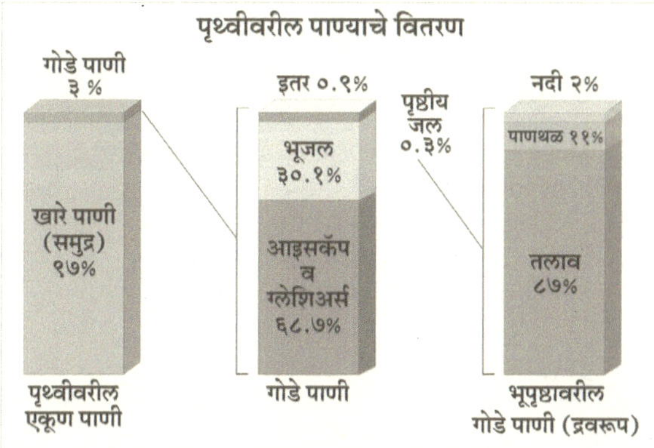

भूजल लोकहितासाठी उपयोगात आणता येणार आहे. महाराष्ट्रातील अंदाजित सरासरी वार्षिक भूपृष्ठीय जलाची उपलब्धता १६४ घन कि.मी. असून भूजलाची उपलब्धता ३३.८० घन कि.मी. इतकी आहे.

भूजलाचे प्रमुख स्रोत

भूजलाचे प्रमुख तीन स्रोत आहेत. पाऊस हा मुख्य स्रोत असून त्याला उल्कासम पाणी असे म्हणतात. हे पाणी पृथ्वीच्या पृष्ठभागावर पडते व जमिनीखाली झिरपून लगेचच किंवा काही काळानंतर पुन्हा वातावरणात परत येते. भूजलाचे इतर दोन स्रोत **कोनेट** व **ज्युव्हेनाईल** पाणी हेदेखील आहेत. कोनेट पाणी, समुद्राचे पाणी असून जे अवसाद उथळ समुद्रात भूशास्त्रीय काळात जमा झालेले आहे. अशा अवसादांत साठलेले आढळते. ज्युव्हेनाईल पाणी हे नियमित मिळणाऱ्या पाण्याव्यतिरिक्त असून त्यांच्या उगमानुसार त्यांचे वर्गीकरण मॅग्मॅटिक व वैश्विक (कॉस्मिक) पाण्यात केले जाते. स्फटिकीभवनादरम्यान निर्माण होण्याऱ्या पाण्यास मॅग्मॅटिक पाणी असे म्हणतात. अवकाशातून येणाऱ्या उल्कांसमवेत येणाऱ्या पाण्यास वैश्विक पाणी असे म्हणतात.

व्याप्ती व वितरण

पाणी जमिनीखाली पाण्याच्या स्तराने विभाजित केलेल्या दोन भागांत आढळते. खडकांमध्ये ज्या पृष्ठभागाखालील सर्व पोकळ्या व रंध्रे पाण्याने भरलेली असतात, त्यांस पाण्याचा स्तर असे संबोधतात. पाणी धरणाऱ्या खडकांमध्येच पाण्याचा स्तर अस्तित्वात असतो. या खडकांमध्ये विविध आकारांची छिद्रे असतात. त्यांत पुष्कळसे पाणी साठविले जाऊन त्याची ये-जा होते. सर्वसाधारणपणे वायुमिश्रित

Vertical Distribution of Ground Water

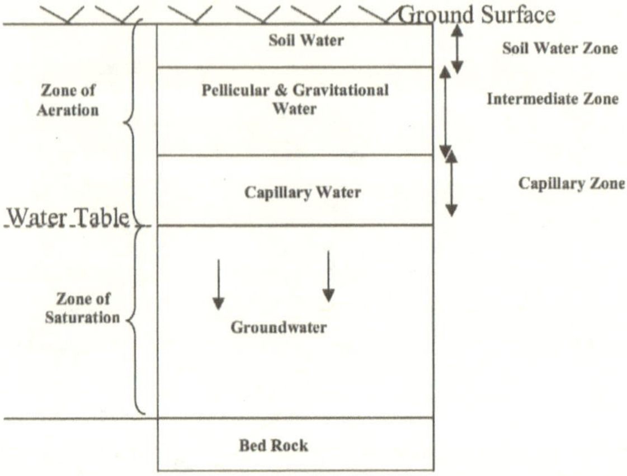

झोनची (Zone of Aeration) तळाची सीमा आणि संपृक्त झोनची (Zone of Saturation) वरची सीमा म्हणजेच पाण्याचा स्तर असतो.

वायुमिश्रित झोन

वायुमिश्रित झोनमधील पाणी साठलेल्या व वाहत्या स्वरूपांत असते. साठलेले पाणी भूपृष्ठीय छिद्रांवर पापुद्र्यासारखे व खडकांमधील फटी / भेगांच्या सांध्यांमध्ये पाचरासारखे आढळते. केशनलिकांच्या उपांतांवर साठलेल्या पाण्याला पेलिक्युलर पाणी असे म्हणतात. मातीतील पेलिक्युलर पाणी साठवण्याच्या क्षमतेला क्षेत्रीय क्षमता असे संबोधतात. खडकांचे भूपृष्ठभागावर पेलिक्युलर पाण्याचा थर तयार झाल्यावर पाणी गुरुत्वाकर्षणाद्वारे मुक्तपणे पाण्याच्या स्तराकडे वाहत जाते. या पाण्याला व्हॅडोज पाणी किंवा गुरुत्वीय पाणी असे म्हणतात. केशनलिकांचे उपांत क्षेत्र पाण्याच्या स्तराच्या वर आढळते आणि उपांत क्षेत्रातील पाणी पृष्ठभागावरील दाबामुळे पाण्याच्या स्तराच्या वर असते.

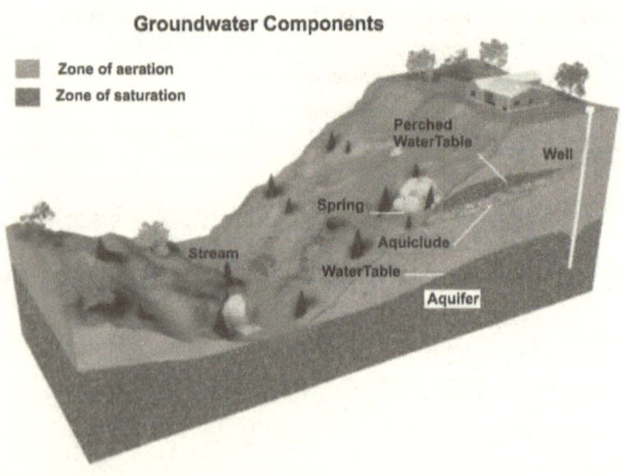

पर्च्ड वॉटर टेबल

वायुमिश्रित झोनमध्ये पार्य साठ्याखालील अपार्य स्तरामुळे पाण्याने संपृक्त झालेल्या साठ्याच्या वरील भागास पर्च्ड वॉटर टेबल असे संबोधतात.

संपृक्त झोन

संपृक्त झोनमधील सर्व छिद्रे पूर्णपणे पाण्याने भरलेली असतात. भूशास्त्रीय संरचना, पाणी धारण करणाऱ्या खडकांची जलशास्त्रीय वैशिष्ट्ये व जलप्रेरित प्रवणता हे या झोनमधील नियंत्रण करणारे घटक आहेत. पाणी स्तराच्या खालच्या भागात सर्वत्र भूजल आढळते व त्याखाली सर्वसाधारणपणे बंदिस्त स्तर आढळतो. उपकेशनलिकांच्या पोकळ्यांमध्ये आढळणाऱ्या पाण्याला स्थिर भूजल म्हणतात. जलजन्य खडकांच्या निर्मितीचे वेळीच साठल्या गेलेल्या पाण्याला कोनेट पाणी असे म्हणतात.

जमिनीखालील पाण्याचे वहन चार प्रकारांनी होते. १) पाझर की जी मुख्यतः खालच्या बाजूस उभ्या दिशेने होते, २) केशाकर्षण वाढ, ३) भूजलाचे विक्षुब्ध वहन जे सर्वसाधारणपणे पाणी स्तराच्या वरच्या अथवा खालच्या भागातील मोठ्या पोकळ्यांमध्ये होते, ४) झिरपणे हे संपृक्त झोनमध्ये एकमेकांना जोडलेल्या पोकळ्यांमध्ये जलप्रेरित प्रवणतेमुळे होते.

खडकांचे जलशास्त्रीय गुणधर्म

सच्छिद्रता व पार्यता हे खडकांचे प्रमुख गुणधर्म आहेत. खडकांची सच्छिद्रता म्हणजे त्यांत असलेल्या फटी. सच्छिद्रता म्हणजे फटींच्या घनफळाचे एकूण खडकाच्या घनफळाच्या तुलनेतील प्रमाण व ती टक्केवारीत दर्शविली जाते. जेव्हा खडकांच्या निर्मितीचे वेळीसच छिद्रे तयार होतास, तेव्हा त्यांस प्राथमिक सच्छिद्रता असे म्हणतात; उदा., अवसादन प्रक्रियेच्या वेळीसच निर्माण होणारी छिद्रे. सॅण्डस्टोनसारख्या जलजन्य खडकांत प्राथमिक सच्छिद्रता आढळते. खडकांची निर्मिती झाल्यावर पृथ्वीच्या बाह्य प्रक्रियांमुळे तयार होणाऱ्या छिद्रांना अथवा भेगांना दुय्यम सच्छिद्रता असे म्हणतात. बेसाल्टसारख्या कठीण खडकांत दुय्यम सच्छिद्रतेचे वर्चस्व असते.

पाणी धारण करणाऱ्या खडकांच्या वहनक्षमतेला पार्यता असे म्हणतात. जलजन्य खडकांची पार्यता अग्निजन्य किंवा रूपांतरित खडकांपेक्षा जास्त असते.

प्रातिनिधिक स्वरूपात खडकांच्या सच्छिद्रतेच्या मर्यादा

खडक	सच्छिद्रतेची टक्केवारी
एकसारख्या आकाराची वाळू	३०-४०
सॅण्डस्टोन	१०-२०
शेल	१-१०
चुनखडी	१-१०
बेसाल्ट	१-१७

जेव्हा एखाद्या खडकांद्वारे पाणी पुढे पाठविले जाते, तेव्हा तो खडक पार्य असल्याचे संबोधले जाते. त्याच प्रमाणे जेव्हा काही खडकांमध्ये पाणी साठविण्याची क्षमता असते तेव्हा त्यास सच्छिद्र खडक असे संबोधतात. जो खडक किंवा जी भूशास्त्रीय संरचना, सच्छिद्र व पार्य असते आणि पुरेशा प्रमाणात उपसा विहिरीला किंवा झऱ्याला पाणी पुरविते, त्याला जलधर (Aquifer) असे म्हणतात. (लॅटिन भाषेत ॲक्वा म्हणजे जल व फेर्र् म्हणजेच धरणे.) गुरुत्वाकर्षण शक्तीच्या प्रभावामुळे पावसाचे पाणी मातीच्या थरांतून झिरपून व तद्नंतर खडकांची छिद्रे, भेगा, फटींतून पाझरत संस्तरापर्यंत पोहोचत असते. संस्तर नवीन, कठीण व अविघटित असल्याने अपार्य असतात. म्हणून त्यातून पाणी खाली प्रवाहित होत नाही व पाणी छिद्रे किंवा भेगांमध्ये साठले जाते आणि जलधरांची निर्मिती होते. पाण्याचा स्तर म्हणजे संपृक्त झोनचा वरील पृष्ठभाग होय. पावसाच्या कमीजास्त प्रमाणाबरोबरच हंगामनिहाय पाण्याच्या स्तरात चढउतार होत असतात. उष्ण कटिबंधीय प्रदेशात पावसाळ्यात पाण्याचा स्तर जमिनीलगत असतो, तर वाळवंटीय प्रदेशात तो खूप खोलीपर्यंत आढळतो. वार्षिक पुनर्भरणापेक्षा भूजलाचा उपसा वाढल्यास पाण्याचा स्तर खालावतो.

जलधराचे प्रकार

ज्या जलधरात संपृक्त झोनचा वरचा पृष्ठभाग पाण्याचा स्तर म्हणून काम करतो, त्यास उथळ जलधारक प्रस्तर असे म्हणतात. पर्च्ड जलधर हा उथळ जलधराचाच विशेष प्रकार असतो, ज्यात मुख्य भूजल संपत्तीतून अपार्य स्तरामुळे एक वेगळा छोटा भूजल निकाय तयार होतो आणि त्यात वरच्या भागात वायुमिश्रित झोन असतो. याचे सर्वोत्कृष्ट उदाहरण म्हणजे पुणे जिल्ह्यातील सिंहगड

किल्ल्यावरील **देव टाके**. ज्या जलधराच्या वरच्या व खालच्या बाजूस अपार्य स्तराचे अस्तित्व असते, ज्यामुळे त्यातील भूजल वातावरणीय दाबापेक्षाही अधिक दाबाखाली असते, अशा जलधरास बंदिस्त जलधारक प्रस्तर असे म्हणतात.

पिझोमीटर पृष्ठभाग ही काल्पनिक संकल्पना असून बंदिस्त जलधरातील जलदाबीय पाण्याच्या पातळीशी ती एकरूप होते. जेव्हा पिझोमीटर पृष्ठभाग जमिनीच्या वर असतो, तेव्हा आपोआप वाहणाऱ्या विहिरीची निर्मिती होते व अशा विहिरीस आर्टेशियन विहिर असे म्हणतात.

जो खडक अथवा स्तर सच्छिद्र असून त्यात पुरेसे पाणी साठविले जाऊ शकते, परंतु त्याच्या इतर गुणधर्मांमुळे त्यातील पाणी सहज व त्वरेने वाहत नाही, अशांना **ॲक्विक्ल्युड** असे म्हणतात. उदा., चोपण

ॲक्विफ्युज म्हणजे पूर्णपणे अपार्य खडक किंवा स्तर, ज्यात कुठल्याही प्रकारच्या सच्छिद्रतेची शक्यता नसते किंवा त्याद्वारे पाण्याचे वाहणेदेखील होत नाही. अशा प्रकारच्या स्तरात छिद्रे आणि फटीदेखील नसतात. उदा., कठीण ग्रॅनाईट.

ॲक्विटार्ड हा शब्दप्रयोग फारसा प्रचलित नसल्याने बऱ्याच वेळेस स्थानिकरीत्या ॲक्विफ्युज व ॲक्विक्ल्युड संधी अथवा भेगांमुळे अंशत: पार्यता विकसित झाल्याने तयार होतो.

पाण्याच्या विहिरी

पाण्याची विहीर म्हणजे भूजल उपशासाठी केलेला उभा खड्डा अथवा शाफ्ट किंवा विंधण छिद्र. खोदण विहीर ही सर्वसाधारणपणे उथळ व हाताने खणलेली असते. ती पाण्याच्या स्तराच्या खाली काही फूट अंतरापर्यंत खोल केलेली असते. विंधण विहीर हाताने चालविलेल्या ऑगर अथवा विंधण यंत्राद्वारे खोदली जाते. विंधण विहीर बहुतांश कठीण खडकांत खोदली जाते, तर नलिकाकूप गाळाच्या प्रदेशात खोदली जाते.

खोदण विहीर विंधण विहीर

डेक्कन ट्रॅप

महाराष्ट्राच्या एकूण भौगोलिक क्षेत्रापैकी ८२% भाग अग्निजन्य खडकांनी तर उरलेला भाग रूपांतरित व अवसादी खडकांनी व्यापलेला आहे.

महाराष्ट्रात सर्वत्र आढळणारे काळेकभिन्न खडक ज्वालामुखीमधून बाहेर पडलेला लाव्हारस भूपृष्ठावर पसरून थंड होऊन तयार झाले आहेत. सुमारे ६५ दशलक्ष वर्षांपूर्वी जमिनीतील कित्येक मैल लांब व बऱ्याच रुंद चिरा आणि भेगांमधून

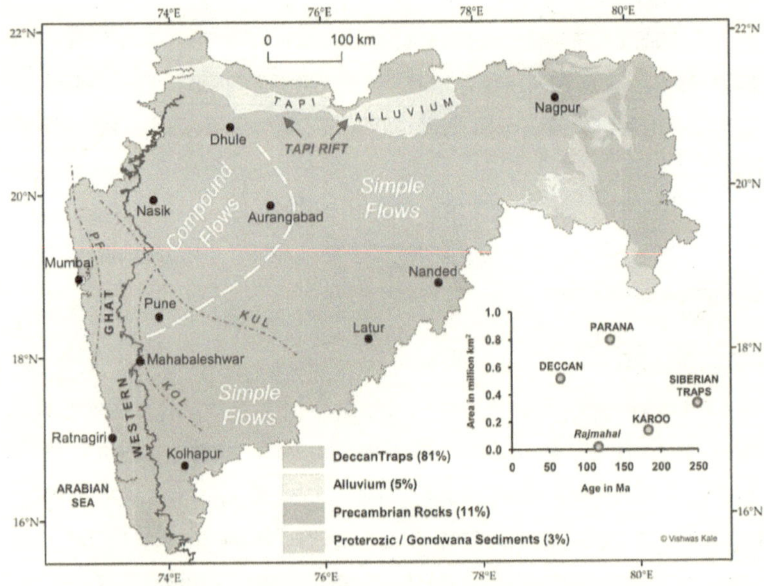

सौजन्य : विश्वास काळे, ॲटलास ऑफ जिओमॉर्फोसाइट्स ऑफ महाराष्ट्र

हा लाव्हारस पृथ्वीच्या पृष्ठभागावर लांबवर पसरला व थंड झाला. लाव्हारस भूपृष्ठावर येऊन एक थर निर्माण झाले. त्यांची भूरचना पायऱ्या पायऱ्यांसारखी दिसते. हे बेसाल्टचे खडक जगभर 'डेक्कन ट्रॅप' या नावाने ओळखले जातात. 'ट्रॅप' या स्वीडिश शब्दाचा अर्थ पायऱ्या पायऱ्यांसारखी दिसणारी रचना. आज डेक्कन ट्रॅपने साधारणपणे ५००,००० चौकिमीचा प्रदेश व्यापला आहे. यात मुख्यत: महाराष्ट्राचा मोठा भाग असून त्याच बरोबर शेजारील राज्ये म्हणजेच गोवा, कर्नाटक, मध्यप्रदेश, आंध्रप्रदेश व गुजरात यातील काही भाग येतो.

बेसाल्ट हा अग्निजन्य खडक असून भूजलशास्त्रीय दृष्टिकोनातून कठीण खडक (Hard Rock) समजला जातो. या खडकाची भूजल साठवणक्षमता इतर खडकांपेक्षा खूपच कमी असते. परंतु, वातावरणाचा परिणाम होऊन निर्माण झालेला मुरूम, खडकातील भेगांचे प्रमाण, लाव्हारस थंड होताना निर्माण झालेला खडकांमधील पोकळपणा, छिद्रे, इत्यादींमुळे काही प्रमाणात या खडकात जलसाठवण क्षमता निर्माण होते. पाणी साठवण्याची ही क्षमता निर्माण झाल्यावर बेसाल्ट खडक जलधारक (Aquifer) बनतो.

भू-वनस्पतीय संशोधनाच्या आधारे भूजल, महत्त्वाची खनिजे व इंधन साधनांचा शोध

आजची अधिकाधिक भूवनस्पतीय उत्खनने ही पृथ्वीच्या जैव आणि अजैव साधनांवर आधारित आहेत. वातावरणातील स्थितीनुसार भूअंतर्गत पद्धतीसुद्धा भूपृष्ठाखालील आणि भूपृष्ठावरील पाण्याशी संबंधित एक महत्त्वपूर्ण भूमिका बजावताना दिसतात. म्हणूनच भूवनस्पतीय संशोधनाच्या मदतीने भूअंतर्गत पाण्यासाठी उत्खनने, महत्त्वाची खनिजे आणि इंधन साधनांचा आर्थिकदृष्ट्या विचार करणे महत्त्वाचे आहे. या पद्धतीत / तंत्रज्ञानात विविध निरीक्षणे, बाह्यरचना, विषारी परिणाम, आणि बाह्यरचनेतील बदल यांचा समावेश होतो. भूजल अभ्यासातील भूवनस्पती क्षेत्रांमध्ये जी दर्शक वनस्पती वापरली जाते, तिचे दोन प्रकार पडतात :

- **जागतिक दर्शक** : वनस्पतींच्या अशा जाती, ज्यांमध्ये सर्वसामान्य खडक आणि मातीमधील विशेष प्रमाणातील खनिजांवर वाढण्याची क्षमता असते.
- **स्थानीय दर्शक** : वनस्पतींच्या अशा जाती, ज्या अधिक प्रमाणात पसरलेल्या असून स्थानिक परिस्थितीमध्ये त्या विशिष्ट प्रकारची माती व खडकांचे गुणधर्म सांगणारे 'दर्शक' म्हणून काम करतात. कोल (१९६५),

शॅकलेट (१९६७), ग्रेगरियन (१९६९), कॅनन (१९७१), ब्रुक्स (१९७२) इ. शास्त्रज्ञांनी नैसर्गिक साधनांच्या भूवनस्पतीय संशोधनातून युरेनियम, चांदी, वॅनाडियम, जस्त, बिट्युमिन, बोरॉन, कोबाल्ट, कॉपर, आयर्न, लीड, मँगेनीज, मॉलिब्डेनियम, निकेल, फॉस्फरस, सेलेनियम आदि खनिजांसाठीच्या दर्शक वनस्पतींची यादी दिली आहे. ब्रुक्स यांनी असे सांगितले आहे, की खनिजांच्या प्रभावामुळे वनस्पतीतील बाह्य रचनात्मक बदल हे खूप भिन्न असतात आणि त्यात खुजेपणा, अनियमित मोठेपणा, पानांचा पिवळेपणा (हरितद्रव्याचा अभाव), अनियमित वाढलेली फळे, फुलांच्या रंगांतील बदल, फुलांच्या पक्वतेच्या काळातील बिघाड, वाढीतील बदल, इ. विविध घटक आणि इतर दर्शकांचा समावेश असतो.

आधुनिक भूवनस्पती शास्त्राने जे सांगितले जाते, ते प्राचीन भारतीय तज्ज्ञ अनुभवी ऋषींनी भूअंतर्गत पाण्याच्या उत्खननात यशस्वीरीत्या दाखवून दिले आहे. पण दुर्दैव हे की, आजच्या वैज्ञानिक समाजाला या प्राचीन वैज्ञानिक प्रयत्नांचे महत्त्व आणि पाणी सापडण्याची संभाव्यता समजलेली नाही.

वराहमिहिरांचे कार्य, भूशास्त्रीय आणि वनस्पतीय पडताळणीमधील एकत्रीकरण आणि संघटन या बाबी नैसर्गिक साधनांच्या उत्खननामध्ये आवश्यक ते परिणाम मिळवण्यासाठी महत्त्वाच्या आहेत, असे स्पष्ट करणारे आहे.

रोममधील 'इटालियन नॅशनल रिसर्च कौन्सिल'मध्ये डिसेंबर, २००३मध्ये 'नागरीकरणाचे मूळ - पाणी की विज्ञान?' यावर आंतरराष्ट्रीय चर्चासत्र झाले. या भव्य बैठकीत वराहमिहिरांच्या भूअंतर्गत पाण्याच्या उत्खननाचे प्राचीन विज्ञान विचारांत घेतले गेले.

बार्शी गावाजवळील पाच नमुना ठिकाणे आणि क्षेत्र पडताळणी यांवर आधारित एक निष्कर्ष काढण्यात आला. बेसाल्टिक भूपृष्ठ आणि नैसर्गिक व कृत्रिम रचनेच्या भौगोलिक स्थितीत रेझिस्टिव्हिटी पॅटर्नमध्ये विविधता आहे, असे जरी या सर्वेक्षणातून दिसले असले तरीही वराहमिहिरांनी अभ्यासिलेले भूजैविक आणि जैवभूमिक दर्शक हे भूअंतर्गत पाण्याचे अस्तित्व शोधण्यास मदत करतात हेही सिद्ध झाले आहे.

सिमेंटीकरण झालेल्या मोठ्या शहरी भागात वराहमिहिरांची तंत्रे वापरणे योग्य ठरणार नाही. कारण तेथील बहुतांश पृष्ठभागावरील नैसर्गिक वनस्पती नामशेष झालेल्या आहेत. पण आजचा हा अभ्यास असे दाखवतो की जर वराहमिहिरांचे निष्कर्ष खेडेगावात आणि दूरवरच्या डोंगराळ भागात वापरले तर

ते फार उपयुक्त ठरतील. हा अभ्याससुद्धा वराहमिहिरांनी केलेली प्रदेशांतील स्वाभाविक रचनेच्या सूक्ष्म ठोकताळ्यांची अचूक निरीक्षणे, इकॉलॉजी (वनस्पती आणि प्राण्यांचा वातावरणाशी संबंध) आणि त्याचा भूअंतर्गत पाण्याशी संबंध दाखवतो. वराहमहिरांच्या तंत्रांची प्रायोगिक उपयुक्तता म्हणूनच भूअंतर्गत पाण्याच्या उथळ खोलीपर्यंतच्या शोधासाठी आहे. (भूभौतिक आणि भूरासायनिक). आजही काही आदिवासी भाग आहेत, की जिथे भूअंतर्गत पाण्याच्या शोधासाठी काही पारंपरिक पद्धती वापरल्या जातात. यापैकी बऱ्याच पद्धती या वराहमिहिरांच्या तंत्रावर आधारित आहेत. परंतु, या रीती जगाच्या विविध भागांत आहेत. म्हणूनच आजही दूर डोंगराळ भागात की, जिथे नैसर्गिक वनस्पती आणि इतर भूजैविक दर्शक उपलब्ध आहेत, अशा ठिकाणी वराहमिहिरांची ही तंत्रे वापरणे गरजेचे आहे. भूअंतर्गत पाण्याचा हा शोध दुष्काळी भागातील भूअंतर्गत पाण्याच्या शोधासाठी अधिक योग्य आणि साहाय्यक ठरेल.

वराहमिहिराच्या संशोधनाची उपयुक्तता

अर्जेंटिनामधील मॅर्डेल प्लाटा येथे १९७७मध्ये अमेरिकेत 'पाण्याचे अनन्यसाधारण महत्त्व' या विषयावर लक्ष केंद्रित करण्यासाठी एक आंतरराष्ट्रीय परिषद झाली. या परिषदेचे ध्येय होते जागतिक मोजमापातील पाण्याचा अपव्यय टाळण्यास मदत होईल, अशा पद्धतीचा विकास करणे. जगातील जवळजवळ ९५ टक्के पाणी हे सागरात आहे. आणि ४ टक्के पाणी हे बर्फ व दंवाच्या स्वरूपात आहे. राहिलेले १ टक्का पाणी हे माणसाला पिण्यासाठी व इतर कारणांसाठी वापरण्यायोग्य आहे. हे पाणी जमिनीवर, तलाव, झरे, आणि नद्यांमध्ये उपलब्ध आहे. युनिसेफच्या (UNICEF) अधिकृत माहितीनुसार विकसित देशांतील १००० लोकांच्या तुलनेत विकसनशील देशांतील खेड्यांमध्ये राहणाऱ्या लोकांना पुरेसे पाणी मिळत नाही. यापैकी काही भागात स्त्रिया व मुलांना त्यांच्या कुटुंबासाठी पुरेशा प्रमाणावर पाणी मिळवण्यासाठी दररोज ५० टक्के ऊर्जा व वेळ खर्च करावा लागतो.

अलीकडच्या काही वर्षांत पाण्याची उपलब्धता वाढवण्यासाठी नवीन स्रोतांचा शोध घेण्यासाठी काही उच्च दर्जाचे तंत्रज्ञान विकसित झाले आहे. यामध्ये अमेरिकेने व रशियाने पृथ्वीभोवती सोडलेल्या उपग्रहांमार्फत रिमोट कंट्रोल पद्धतीने चालवली जाणारी उपकरणे आहेत. पाण्याच्या साठ्यांचा पुरेपूर

वापर करण्यासाठी रिमोट सेन्सर्सच्या आंतररचनेची गरज असते. परंतु यामध्ये विकसनशील देशांना तोंड द्यावी लागणारी गंभीर समस्या म्हणजे भूअंतर्गत पाण्याच्या तंत्रज्ञानासाठी लागणारी प्रचंड गुंतवणूक. या महागड्या तंत्रज्ञानामुळे मुख्यत: पुढील फायदे अपेक्षित आहेत :

- कृत्रिम पर्जन्याने पावसाचे प्रमाण वाढवून पाण्याची उपलब्धता वाढवणे.
- परिणामकारक शक्ती वापरून बर्फ वितळवणे आणि त्या आधारे पाण्याची उपलब्धता वाढवणे.
- समुद्राच्या पाण्याचा खारटपणा कमी करणे.

परंतु, यापैकी कोणतेही तंत्र त्यावर होणाऱ्या खर्चामुळे आणि या तंत्रज्ञानाच्या मर्यादेमुळे गरीब व विकसनशील देशांना परवडू शकत नाही.

वराहमिहिरांच्या कार्यावर आधारित भूअंतर्गत पाण्याचे उत्खनन हे निश्चितपणे उष्ण आणि समउष्ण कटिबंधातील विकसनशील देशांसाठी उपयुक्त ठरणारे आहे. कारण इतर खर्चिक व महागड्या तंत्रांपेक्षा ते अधिक विश्वसनीय आहे. म्हणूनच राष्ट्रीय व आंतरराष्ट्रीय पातळीवर कमी पाण्याच्या पुरवठ्यावर उपाय म्हणून वराहमिहिरांच्या कार्यावर आधारित भूअंतर्गत पाण्याच्या उत्खननाचे कार्यक्रम घेतले जातात.

उष्ण व समउष्ण भाग

वराहमिहिरांच्या भूअंतर्गत जल उत्खनन पद्धती वापरण्यातील मोठ्या खर्चाचा विचार करता ही पद्धत सर्व अक्षांशांवर अस्तित्वात असणाऱ्या उष्ण व समउष्ण भागांना उपयुक्त आहे. जगातील जवळजवळ १/१० जमिनीचा भाग हा उष्ण आहे आणि त्यासमान किंवा किंचित अधिक भाग हा समउष्ण आहे. त्यातील एक मोठे वाळवंट हे अमेरिकेच्या क्षेत्रफळापेक्षा मोठे आहे. आणि उत्तर आफ्रिकेच्या अटलांटिक महासागरापासून ते अरेबियन पेनिस्यूलाच्या पर्शियन गल्फपर्यंत पसरलेले आहे. इतर महत्त्वाची वाळवंटे म्हणजे मध्य आशिया, दक्षिण- पश्चिम उत्तर अमेरिका, आणि मध्य ऑस्ट्रेलिया. वाळवंटी किंवा समवाळवंटी भागातील भेगा पडलेल्या अधिक प्रमाणात भूअंतर्गत पाण्याचा विकास ही पाणी शोधणाऱ्या संशोधकांची (हायड्रो-जिऑलॉजिस्ट्स) महत्त्वपूर्ण कृती ठरणार आहे.

समाजासाठी संशोधन

या प्राचीन कार्यातून बाहेर आलेली अधिक महत्त्वाची बाजू म्हणजे वैज्ञानिक संशोधन जे समाजाच्या गरजांशी संबंधित आहे. अल्बर्ट आइनस्टाईन या शास्त्रज्ञाने म्हटले आहे, की माणसाची स्वत:विषयीची चिंता आणि त्याचे दैव / नशीब हे नेहमी सर्व तांत्रिक प्रयत्नांत प्रामुख्याने जिज्ञासा निर्माण करते.

आपल्या देशातील नॅशनल कमिटीच्या विज्ञान आणि तंत्रज्ञानाशी संबंधित (एनसीएसटी) या पाचव्या योजनेच्या काळात एकंदरीत जवळपास २,३५० कोटींची गुंतवणूक केली गेली आहे. राज्यकोषातून जेव्हा अशा निधीचा समावेश विज्ञान आणि तंत्रज्ञान कार्यक्रमासाठी होतो, तेव्हा त्यातून होणारे संशोधन हे लोकांच्या गरजा पूर्ण करण्यासाठीच असते.

आंतरशाखीय स्वरूप

वराहमिहिरांनी भूअंतर्गत पाण्याचे उत्खनन व उपभोग या समस्यांसाठी भूशास्त्र, वनस्पतीशास्त्र प्राणिशास्त्र, भौतिकशास्त्र, आणि रसायनशास्त्र यांतील काही तत्त्वे व प्रयोगांचा वापर केला आहे. प्राचीन भूअंतर्गत पाण्याच्या अभ्यासाचा विचार करून Devis व Dewiest असे म्हणतात, की चांगले शास्त्रीय आणि व्यावसायिक काम नेहमी पृथ्वीच्या शास्त्रांशी संबंधित भूशास्त्रज्ञ, जलशास्त्रज्ञ, शेतीतज्ज्ञ, रसायनशास्त्रज्ञ, भौतिकशास्त्रज्ञ यांच्या एकत्रित प्रयत्नांतून होत असते.

आधुनिक काळातील विज्ञानाच्या विविध ज्ञानशाखांच्या विकासाने विशेष अभ्यासाचे अगणित मार्ग उपलब्ध करून दिले आहेत. विज्ञानाच्या प्रत्येक शाखेचा विस्मयकारक विकास झाल्याने प्रत्येक संशोधक एका विद्याशाखेचा एक छोटा विशेष अभ्यास आत्मसात करतो. आधुनिक विज्ञानाच्या विशेष क्षेत्रांत नियमितता आणि सुसूत्रता आणण्याचे बरेचसे प्रयत्न संशोधकाच्या अपयशामुळे वाया गेले असले तरी वराहमिहिरांच्या कार्याने, विशेषतः भूअंतर्गत पाण्याच्या उत्खननाच्या शोधाच्या स्वरूपामुळे विज्ञानाच्या विविध ज्ञानशाखा, उदाहरणार्थ, भूशास्त्र, वनस्पतीशास्त्र, पाणीशास्त्र, भौतिकशास्त्र आणि रसायनशास्त्र यांना हातभार लागला आहे. ठराविक प्रकारच्या वनस्पती किंवा ठराविक प्रतीची माती आणि खडक किंवा त्यांचे गुणधर्मीय रंग किंवा वाळवीची वारुळे ही भूअंतर्गत पाण्याशी संबंधित आहेत. यांचे सहसंबंध आधुनिक अभ्यासांत फार कमी उदाहरणांद्वारे प्रकाशात आणले जातात. परंतु यांचे सहसंबंध आणि पृष्ठभागावर अस्तित्वात असणारे मोठे बदल यांतून ही वराहमिहिरांची भूअंतर्गत पाण्याची सर्वसमावेशक व्याख्या तयार होते.

वातावरणाशी संबंधित शिक्षण आणि संशोधन

भूअंतर्गत पाण्याच्या आधुनिक उत्खनन पद्धतींना अनेक मर्यादा आहेत. Ovasis व Dewist असे सांगतात, की भूअंतर्गत पाण्याच्या संशोधनात अग्निजन्य व रूपांतरित खडकांत विंधनाने (ड्रिलिंग मशीन) पाण्याच्या विहिरींसाठी जागा शोधणे अवघड आहे. मातीच्या अभ्यासातील आणि रचनेतील बरीचशी विविधता, त्याचबरोबर ठराविक पाणी तयार करणारे मातीचे थर हे भूशास्त्रीय व भूभौतिक उत्खनन अवघड करतात. माती आणि वनस्पती सामान्यतः खडकाचा जमिनीतून बाहेर आलेला स्तर असून ते जमिनीला झाकून टाकतात. त्यामुळे आवश्यक भूशास्त्रीय मापन अवघड होते. त्यापुढेही भेगा न पडलेल्या खडकांत लहान भेगा मोठ्या प्रमाणात विहिरींना पाणी देतात. त्या भेगा साध्या भूभौतिक तंत्रज्ञानाने शोधता येत नाहीत. म्हणूनच जरी एखाद्या अनुभवी संशोधनाने पाण्याच्या विहिरीच्या जागेचे ठिकाण निश्चित केले, तरी त्यामध्ये पाणी मिळण्याची अनिश्चितता आढळून येते. त्यामुळे केंद्र आणि राज्य सरकार व विद्यापीठे, जी भूअंतर्गत पाण्याच्या अभ्यासाशी संबंधित आहेत, त्या सर्वांनी भारतासारख्या वारंवार दुष्काळाला सामोरे जाणाऱ्या देशात वराहमिहिराने सुचवलेल्या पद्धती, या अस्तित्वात असणाऱ्या पूरक पद्धती आहेत, याचा विचार करणे योग्य ठरेल. त्यामुळे भूअंतर्गत पाण्याच्या उत्खननातील वराहमिहिराचे कार्य हे भारतासारख्या समउष्ण भागासाठी उपयुक्त आहे.

या प्रकरणातील सर्व चित्रे व नकाशे सौजन्य :
श्री. शशांक देशपांडे, भूजल वैज्ञानिक, भूजल सर्वेक्षण आणि विकास यंत्रणा

भूगर्भातील पाणी शोधणारे प्राचीन ऋषी : वराहमिहिर

पाण्याला संस्कृतमध्ये 'जीवन' असे नाव आहे. पावसाचे पाणी पृथ्वीवर पडल्यावर ते चहूवाटांनी इतस्ततः वाहू लागते. ते तसेच वाहू दिले तर ते सरळ समुद्रात वाहून जाईल किंवा पृथ्वीच्या गर्भात जिरून जाईल. जिरून गेलेले हे पाणी कसे शोधून काढावे, हा मोठा गहन प्रश्न आपल्या समोर उभा राहतो. भूगर्भांतर्गत पाणी शोधून काढण्यासाठी काही निरीक्षणे नियम, सिद्धांत, शास्त्रे तयार करावी लागतात. जमिनीत कुठे किंवा कसे खोदावे याचे काही नियम आहेत. भूमीच्या अंतर्भागात असणारे पाण्याचे साठे शोधून काढणे हे मोठे आव्हान भूगर्भशास्त्रज्ञांसमोर पूर्वीही होते, आताही आहे. त्यासाठी बुद्धीची व ज्ञानाची कसोटी लागते. भारत हे प्राचीन राष्ट्र असून आपली एक संस्कृती आहे. या संस्कृतीची भाषा असणारी संस्कृत हीदेखील प्राचीन भाषा आहे. तिच्या अभ्यासामध्ये आधुनिक विज्ञानाची अनेक बीजे लपली आहेत.

या भारतभूमीत पाचव्या शतकात एक प्रकांड ज्योतिषी व पर्यावरण शास्त्रज्ञ होऊन गेले. त्यांचे नाव 'वराहमिहिर'. त्यांनी त्यांच्यापूर्वी होऊन गेलेल्या ज्योतिष शास्त्रज्ञांचे निष्कर्ष सूत्ररूपाने 'बृहत्संहिता' नामक संस्कृत ग्रंथात ग्रथित करून ठेवले आहेत. वराहमिहिरांनी लिहिलेल्या या ग्रंथाचे अनन्यसाधारण महत्त्व आहे. वराहमिहिरांच्या बृहत्संहितेत 'दकार्गल' नावाचा अध्याय असून त्यात भूमीवरील लक्षणांवरून भूगर्भांतर्गत पाण्याचा साठा कसा शोधून काढावा, याविषयी अत्यंत उद्‌बोधक व शास्त्रीय माहिती दिली आहे. वराहमिहिरांच्या प्रत्येक विधानाला

शास्त्राचा व सत्याचा आधार आहे. अल्-बिरौनी नावाचा अरब शास्त्रज्ञ व प्रवासी म्हणतो, "Varahmihira has already revealed himself to us as a man who accurately knew the shape of the earth. His foot stood firmly on the basis of truth and he clearly spoke the truth."

भिन्न-भिन्न प्रदेशांत भूगर्भांतर्गत पाणी शोधण्यासाठी भिन्न-भिन्न पद्धती अवलंबाव्या लागतात. वराहमिहिरांच्या सिद्धांतांची उपयुक्तता प्रथम १९८१ मध्ये उन्हाळ्यात आंध्रमध्ये चित्तूर जिल्ह्यातील दुष्काळाच्या वेळी दिसून आली. त्या वेळी तिरुपतीच्या श्री. वेंकटेश्वर विद्यापीठाने इस्त्रो (Indian Space Research Organisation) आणि विद्यापीठ अनुदान मंडळ (University Grants Commission) यांच्या मदतीने एक जलसंशोधन प्रकल्प हाती घेतला होता. त्याअंतर्गत एकूण १५० विंधन विहिरी खोदल्या व प्रत्येक विहिरीला पाणी लागले. या कामासाठी त्यांनी वराहमिहिरांनी दिलेल्या लक्षणांची मदत घेतली व पाणी शोधून काढले. श्री. वेंकटेश्वर विद्यापीठाच्या आवारात विहिरी खोदतानादेखील वराहमिहिराच्या सिद्धांतांचीच मदत घेतली गेली. यावरून आपल्या कटिबंधापुरती तरी वराहमिहिराची योग्यता मोठी ठरते. Science and the Vedas या पुस्तकात लिहिलेल्या Ground Water Science-Need for Reorientaion या लेखात या विषयातील गाढे शास्त्रज्ञ डॉ. ई. व्ही. ए. प्रसाद लिहितात, 'These bore-wells provide two lakh gallons of water per day. These and several other field operations have proved, beyond doubt, the excellence and efficiency of Varahamihira's Methods for rapidly and successfully locating groundwater resources."

वराहमिहिरांची ओळख

पाचव्या शतकाच्या पूर्वार्धात म्हणजेच इसवी सनाच्या सहाव्या शतकाच्या आरंभी 'अवंती' या नावाने ओळखल्या जाणाऱ्या प्रदेशावर सम्राट विक्रमादित्याची सत्ता होती. या प्रदेशाची राजधानी 'उज्जयिनी' म्हणजे आज उज्जैन नावाने प्रसिद्ध असलेले शहर. हे शहर इंदूरच्या उत्तरेला आहे. अवंती प्रदेशात त्या काळात 'कांपिल्लक' नावाचे गाव होते. ते आता 'काल्पि' अथवा 'कायथा' नावाने ओळखले जाते. या कांपिल्लक गावात सूर्योपासनेसाठी प्रसिद्ध असलेल्या कुटुंबात आचार्य वराहमिहिर यांचा जन्म झाला. त्यांच्या वडिलांचे नाव आदित्यदास होते. आदित्यदास हे वेदशास्त्रांचे जाणकार पंडित होते. वेदाभ्यास, शास्त्राभ्यास, ज्ञानार्जन

आणि अध्यापन ही त्यांची जीवनवृत्ती होती. आदित्यदासांनी आपल्या मुलाचे नाव 'वराहमिहिर' ठेवले. वराहमिहिर हे सूर्यदेवतेचे नाव आहे.

आपल्या ग्रंथात स्वतः आचार्यच आपण आदित्यदासांचे पुत्र असल्याचे सांगतात. 'वराह' शब्दाचे अनेक अर्थ आहेत. श्रेष्ठ देदीप्यमान व भगवान विष्णू या अर्थांपैकी श्रेष्ठ व देदीप्यमान या अर्थांने वराह शब्द मिहिर (सूर्य) या नावाला लावून आचार्यांच्या वडिलांनी वराहमिहिर असे आपल्या मुलाचे नामकरण केले.

वराहमिहिरांचा जन्म चैत्र महिन्यातील कृष्ण पक्षातील चतुर्दशीला शके ४२७ मध्ये झाला. हा जन्मदिन तारीख २० मार्च ५०५ (इ.स.) असा ओळखता येतो. त्यांच्या जन्माविषयी थोडे फार मतभेद असले तरी, बहुतांश भाष्यकारांनी व अभ्यासकांनी इ.स. ५०५ हेच वर्ष स्वीकारले आहे. वराहमिहिरांचे घराणे परंपरेने सूर्योपासक होते. त्यांचे वडील आदित्यदास हे त्यांचे ज्ञानगुरू होते. घराण्यामध्ये परंपरेने चालत आलेल्या सूर्योपासनेला तत्कालीन शिक्षण पद्धतीप्रमाणे केलेल्या ऋग्वेदाच्या अध्ययनाचा त्यांना तात्त्विक व शास्त्रशुद्ध आधार मिळाला असावा. ऋग्वेदात सूर्याला आदर्श देवता मानले असून, त्याच्यावर अनेक सूत्रे रचली गेली आहेत. गायत्री मंत्र हा तर सूर्योपासनेचा अद्वितीय मंत्र आहे. प्राचीन काळी उदयाला आलेली भारतातील खगोलशास्त्र व फलज्योतिषशास्त्र ही शास्त्रे सूर्याला विश्वाचे केंद्र व विश्वातील घडामोडींचे आद्यकारण मानतात. साहजिकच सूर्योपासक वराहमिहिरांचे या दोन शास्त्रांच्या अध्ययनाकडे लक्ष वेधले गेले. वराहमिहिरांनी या अध्ययनाला आपले जीवितकार्य मानले व इ.स. ५८७ मध्ये मृत्यूपर्यंत हे कार्य अविरतपणे चालू ठेवले. या आधी उल्लेख केल्यानुसार त्यांचा 'बृहत्संहिता' हा ग्रंथ त्यांच्या या प्रदीर्घ, सखोल व व्यासंगपूर्ण अध्ययनाचा एक अमोल ठेवाच आहे.

वराहमिहिरांची ग्रंथसंपदा

निसर्गातील प्रत्येक घटकाचा मानवी जीवनावर प्रत्यक्ष अथवा अप्रत्यक्ष परिणाम होत असतो. निसर्गाच्या भूतकाळातील, तसेच वर्तमानकाळातील स्थितीचा अभ्यास, निरीक्षण केल्यास मानवी जीवनाचा वेध घेता येतो. या अनुषंगाने आचार्य वराहमिहिरांनी या क्षेत्रात केलेले कार्य हे अत्यंत अचंबित करणारे आहे. खगोलशास्त्र, वनस्पतिशास्त्र, भूगर्भशास्त्र, ज्योतिषशास्त्र, हवामानशास्त्र, प्राणिशास्त्र, जलशास्त्र या व अन्य शास्त्रांचा परस्परसंबंध आणि त्याचा मानवी जीवनावर होणारा परिणाम यांचा अभ्यास व विवेचन आचार्य वराहमिहिरांनी त्यांच्या ग्रंथात केलेले आहे.

आचार्य वहारमिहिरांची ग्रंथसंपत्ती विपुल आहे. मात्र 'बृहज्जातक' आणि 'बृहत्संहिता' या दोन ग्रंथांचा मुख्यत्वे मोठा प्रभाव आहे. स्वतः आचार्यांनी बृहज्जातक या ग्रंथाचा उल्लेख त्यात 'होराशास्त्र' असाच केला आहे. हा ग्रंथ पंचवीस अध्यायांत विभागलेला आहे. इसवी सनाच्या पाचव्या शतकानंतर ज्योतिषशास्त्रावर झालेले सर्व लिखाण, रचलेले सर्व ग्रंथ हे आचार्यांच्या या होराशास्त्र म्हणजेच 'बृहज्जातक' या ग्रंथावर आधारलेले आहे.

बृहत्संहिता : विशाल ज्ञानसागरच!

वराहमिहिरांची बृहत्संहिता हा ग्रंथ छंदोबद्ध असून त्याची भाषा सुंदर व काव्यात्म आहे. वराहमिहिरांनी जागोजागी विविध ऋषींचे संदर्भ दिले आहेत. ग्रंथातील 'दकार्गल' हा अध्याय पाणी या विषयाच्या दृष्टीने अत्यंत महत्त्वाचा आहे. जमिनीखालील पाणी कसे शोधावे, याचा सांगोपांग अभ्यास त्यात केला आहे. पाणी शोधत असताना भूगर्भातील जलशिरांचा विशेष अभ्यास या अध्यायात दिसून येतो. या ग्रंथात ५४वा 'दकार्गल' हा अध्याय आहे. या शब्दाचा अर्थ 'दक'- 'उदक'-पाणी आणि 'अर्गला' याचा अर्थ पाणी सापडण्याच्या खुणा हा होय.

आचार्य वराहमिहिरांनी आपण राहत असलेला हा भू-गोल, येथील प्राणी, वनस्पती, पर्जन्य, वास्तू आदी विषयांवर चिंतन केले आहे. वराहमिहिरांच्या पूर्वसुरींनी व स्वतः त्यांनी पाण्याविषयी संशोधन करून जे शास्त्रीय सिद्धांत बृहत्संहितेत ग्रंथित केले त्या सर्व सिद्धांतांचा विचार आधुनिक काळात उपयुक्त आहे.

त्यांच्या 'मेघवर्णन' या ग्रंथामध्ये मेघोपत्ती, जलगर्भधारणा, पर्जन्यवृष्टी, तिचा काळ व प्रकार, पृथ्वीवर पडलेले पाणी, जमिनीच्या अंतर्भागात जिरून गेल्यावर ते कसे व कोणत्या साधनांनी आणि लक्षणांनी शोधून काढून त्याचा वापर करावा, पाणी कसे साठवावे व शुद्ध राखावे इ. पाण्यासंबंधीचे सर्व सिद्धांत दिलेले आहेत. 'बृहत्संहिते'त गर्भलक्षणाध्याय, गर्भधारणाध्याय, प्रवर्षणाध्याय, दकार्गलाध्याय हे पाण्याविषयी माहिती देणारे अध्याय आहेत.

आकाशात जे पाणी तयार होते, त्या संदर्भात बलदेव, गर्ग, कश्यप व देवल हे ऋषी व भूगर्भातून पाणी कसे शोधून काढावे याविषयी सारस्वत व मनू हे ऋषी प्रमाणभूत तज्ज्ञ मानले गेले. त्यांच्यानंतर उत्पल नावाच्या ऋषीने या शास्त्रशाखेत खूपच प्रगती केली. वराहमिहिरांनी हे सर्व सिद्धांत बृहत्संहितेत एकत्र केले.

भूगर्भातील लक्षणांवरून पाण्याचा शोध

बृहत्संहितेतील दकार्गल अध्यायात वराहमिहिरांनी भूगर्भातील पाण्याच्या प्रवाहाचा विचार केला आहे. आकाशातून पडलेले पाणी जमिनीत जिरल्यानंतर ते जमिनीखाली असलेल्या भेगांमधून भूगर्भात इकडेतिकडे वाहू लागते व त्याचे प्रवाह बनतात. या प्रवाहांना 'शिरा' किंवा 'नसा' असे नाव दिले आहे. ज्याप्रमाणे शरीरात निरनिराळ्या नसा किंवा शिरा अगर धमन्या असतात व त्यातून विविध दिशेने व विविध प्रकारे रक्ताभिसरण होते, त्याप्रमाणे भूगर्भांतर्गत शिरांमधून पाण्याच्या प्रवाहांचे अभिसरण होत असते. काही शिरा भूपृष्ठाच्या अगदी नजीक तर काही खोलवर असतात. आकाशातून पडणाऱ्या पाण्याची चव, रंग प्रथमतः एकच स्वरूपाची असते, परंतु जसजसे ते पाणी जमिनीत जिरू लागते, तसतशी त्याची चव, रंग, आदी गुणधर्म भूमीच्या किंवा मातीच्या प्रकाराप्रमाणे भिन्न-भिन्न होत जातात. त्यामुळे प्रत्येक ठिकाणच्या पाण्याची परीक्षा ते पाणी ज्या परिस्थितीत सापडते, त्याप्रमाणे भिन्न-भिन्न रीतीने होते.

जलशिरा

प्राचीन भारतीय जलशास्त्रज्ञांनी प्रत्येक दिशेचे एकेक अधिपती सांगितले आहेत. त्या दिशेकडे वाहणारी भूपृष्ठाखालील जलशिरा त्या अधिपतीच्या नावाने ओळखली जाते. (एकूण आठ दिशा असून, त्यांचे अधिपती असे आहेत : पूर्व-इंद्र, पश्चिम-वरुण, दक्षिण-यम, उत्तर-सोम, पूर्व-दक्षिण (आग्नेय)-अग्नी, पश्चिम दक्षिण (नैर्ऋत्य)-निर्मदती, पश्चिम-उत्तर (वायव्य)-वायू आणि पूर्व-उत्तर (ईशान्य)-शिव.)

एखादी शिरा दक्षिणेकडे वाहत असली तर तिला यमाची शिरा असे नाव दिले आहे. कारण ती ज्या दिशेकडे तोंड करून वाहते. त्या दक्षिण दिशेचा अधिपती 'यम' आहे. याचप्रमाणे प्रत्येक जलशिराचे नाव समजावे.

या आठ शिरांव्यतिरिक्त आणखी एक नवीन शिरा आहे. तिला महाशिरा असे नाव असून, ती त्या प्रदेशात वाहणाऱ्या सर्व शिरांचा मध्यबिंदू म्हणून मानली आहे. महाशिरा व इतर आठ प्रमुख शिरांपासून अनेक उपशिरा पुन्हा विविध दिशेने फुटतात. या नऊ शिरांशिवाय आणखी एक शिरा आहे. ती खालून वर वाहते, म्हणजेच ती उर्ध्वगामी आहे.

जी शिरा उर्ध्वगामी आहे ती अत्यंत उत्कृष्ट, तर जी अधोगामी आहे ती निकृष्ट प्रतीची मानली आहे. जी उर्ध्वगामी नाही आणि अधोगामीही नाही म्हणजेच जी भूपृष्ठाला समांतर वाहते ती जलशिरा मध्यम प्रतीची मानली आहे.

असे म्हणतात, की तिरुपती बालाजीचे मंदिर ज्या स्थानावर बांधले आहे त्याच्या भूपृष्ठाखाली उर्ध्वगामी जलशिरा आहे. ज्या विहिरीला तळातून वर येणारे झरे आहेत, ती विहीर नेहमी जलाने समृद्ध व परिपूर्ण भरलेली असते. ती कधीही आटत नाही. पृथ्वीच्या पोटात पाणी कुठे, कुठे सापडू शकते याचा विचार या जलशिरांवरून वराहमिहिरांनी केला आहे.

जलशिरांची भूपृष्ठावरील लक्षणे

पृथ्वीच्या पोटात शिरून जलशिरा व त्यांची वाहण्याची दिशा शोधून काढता येणे तर शक्य नाही. परंतु भूगर्भांतर्गत शिरांमुळे भूपृष्ठावरील वनस्पती, माती इत्यादी गोष्टींच्या रंग, रूपादी लक्षणांवरून अंतर्गत जलशिरा शोधून काढता येऊ शकतात. भूगर्भातील पाण्याचा शोध घेताना भूपृष्ठावरील वनस्पतींमध्ये खालील प्रकारची विविध वैशिष्ट्ये दिसून येतात :

- ज्या झाडांची मुळे भूगर्भात असलेल्या पाण्यापर्यंत जाण्याचा प्रयत्न करीत असतात, अशी झाडे शोधून काढणे.
- भिन्न जातीची व प्रकारची काही झाडे व वेली एकमेकांत गुंतून वाढतात.
- निष्कंटक प्रदेशात काही वेळा एखादाच तृणमय किंवा कंटकमय पट्टा दिसतो.
- एखाद्या शेतात एखाद्या भागात बी जगत नाही किंवा जगले तर अंकुरित होत नाही. त्याच पट्ट्यात दुसऱ्या भागात पीक येते.
- बी अंकुरीत होऊन पिके येतात, पण ती जळून जातात.
- एखाद्या प्रदेशात वनस्पतींची पाने पांढुरक्या रंगाची असतात.

- काही वनस्पती व झाडे यांची वाढ काही प्रदेशात पूर्ण होत नाही. ती खुरटतात.
- झाडांचे बुंधे व फांद्या पांढुरक्या रंगाच्या दिसतात.
- झाडांची पाने कृत्रिम चकचकीत व गुळगुळीत दिसतात.
- फुलांना कृत्रिम पांढरा रंग येतो.
- एखाद्या प्रदेशातील वनस्पतीमधून दुधासारखा पांढरा रस बाहेर येतो.
- एखाद्या प्रदेशात झाडांना खूप पाने येतात.
- झाडांच्या फांद्या लांब वाढून खाली वाकत जातात.
- काही प्रदेशात झाडांना गाठी येतात.

वनस्पतीच्या वैशिष्ट्यांप्रमाणे जमिनीची काही वैशिष्ट्ये आढळतात. सर्व ठिकाणची जमीन सारखी नसते. काही प्रदेशात नुसतीच माती असते. काही ठिकाणी वाळूमिश्रित माती असते. ज्या ठिकाणी नुसती माती असते त्या ठिकाणी माती मध्येही प्रकार आढळतात. काही ठिकाणचे माती तांबडी, तपकिरी, पांढरी असते. काही ठिकाणी माती व वाळू नसून तिथे नुसतेच खडक असतात. तर काही ठिकाणी नुसताच मुरुम किंवा चुनखडी असते. त्यामुळे या प्रत्येक भू-भागाचे पाणी शोधून काढण्यासाठी सूक्ष्म निरीक्षण करावे लागते.

पाण्याला वेदांमध्ये 'गाय' असे म्हटले आहे. भूगर्भात पाणी मिळते, याचे ज्ञान ऋग्वेदकाळापासूनच नव्हे तर त्यापूर्वीच्या काळापासून मानवाला होते व ते मिळवण्यासाठी तो अत्यंत प्रयत्नशील होता.

निरनिराळ्या प्रदेशांत जशी वनस्पतींची व मातीची लक्षणे वेगवेगळी आढळतात तशीच त्या त्या प्रदेशात सापडणाऱ्या प्राण्यांची वैशिष्ट्येसुद्धा भिन्न-भिन्न असतात. कोकणातील साप देशातील अन्य भागांतील सापांपेक्षा वेगळा असतो. सहारासारख्या वाळवंटात आढळणाऱ्या सर्पविंचूच्या जाती भिन्न असतात. यात अनैसर्गिक काहीही नाही. एवढेच काय, निरनिराळ्या प्रदेशातील माणसेदेखील भिन्न भिन्न प्रकृतीची व गुणधर्माची असतात. हिरव्यागार प्रदेशात सापडणाऱ्या सरड्यासारख्या प्राण्यापेक्षा अर्धवालुकामय / पूर्ण वालुकामय प्रदेशात सापडणारे सरडे व तत्सम प्राणी निश्चित भिन्न असणारच.

पाण्याच्या उपलब्धतेची वराहमिहिरांनी सांगितलेली लक्षणे :

वनस्पतींची भूपृष्ठावरील लक्षणे

दकार्गल अध्यायात वराहमिहिराने पाण्याच्या उपलब्धतेची विशिष्ट लक्षणे सांगितली आहेत, ती पुढीलप्रमाणे आहेत :

- आजूबाजूचा भाग निर्जल व शुष्क असून एका ठरावीक ठिकाणी जर एखादे वेताचे झाड अगर छोटे वेताचे बेट असेल तर वेताच्या पश्चिमेला तीन हातांवर व साधारण चार पुरुष खोलीवरून जलशिरा वाहत आहे, असे समजावे. खोदत असताना साधारण सात-आठ हातांवर पांढरा बेडूक, पिवळी माती व कठीण दगडाचा पातळ थर लागतो. त्याखाली पाणी असते.

- निर्जल प्रदेशात जांभळाचे झाड असेल तर त्यापासून उत्तरेला नऊ-दहा हातांवर सहा पुरुष खोलीवर एक पूर्वाभिमुख जलशिरा मिळेल. खोदताना लोखंडासारखा वास येणारी माती, त्याखाली पांढुरक्या रंगाची निस्तेज माती व एक बेडूक सापडेल. त्या जांभळाच्या झाडाच्या पूर्वेला एखादे मोठे वारूळ असेल तर झाडाच्या दक्षिणेला नऊ हात अंतरावर सात हात खोदल्यावर एखादा मासा, बदकाच्या आकाराचा दगड व निळसर माती मिळेल, ही लक्षणे असली तर त्याखाली पाच पुरुष खणल्यावर गोड्या पाण्याचा अखंड झरा सापडतो.

- निर्जल प्रदेशात असलेल्या अंजिराच्या किंवा औदुंबराच्या झाडाच्या पश्चिमेस दहा हातांवर खोदकाम करताना पाच हातांवर एक सर्प आणि काजळासारखा काळा पाषाण आढळल्यास भूपृष्ठाखाली साडेचार पुरुष अंतरावर पाणी मिळते. ते गोडे पाणी असते.

- अर्जुन वृक्षाच्या उत्तरेस वारूळ असल्यास पश्चिमेला तीन हातांवर व तीन पुरुष खोलीवर पाण्याचा झरा सापडतो. खोदताना तीन हातांवर एक पांढरा सरडा, पाच हातांवर क्रमाने करडी, काळी, पिवळी व पांढरी माती असून त्याखाली वाळूयुक्त माती मिळते व नंतर भरपूर पाणी सापडते.

- निर्गुंडीच्या झाडाजवळ वारूळ असल्यास दक्षिणेला तीन हातांवर दोन पुरुष खोलीवर गोड व अखंड पाण्याचा झरा मिळतो. अडीच

हात खोलीवर लाल मासा, तपकिरी रंगाची माती नंतर निस्तेज पांढरी माती, नंतर वाळूचा पातळ थर व नंतर पाणी असा क्रम असतो.

- बोरीच्या पूर्वेला वारूळ असल्यास पश्चिमेला तीन पुरुष खोल खोदावे. अडीच हात खोलीवर पांढरा सरडा सापडल्यास निश्चित पाणी मिळते.
- बोरीचे व पळसाचे झाड जवळजवळ असल्यास त्यांच्या पश्चिमेला तीन हातांवर खोदताना पाच हात खोलीवर बिनविषारी सर्प आढळल्यास तीन पुरुष खोलीवर पाणी मिळते.
- बेल व औदुंबर यांची झाडे जवळ जवळ असल्यास त्यांच्या पश्चिमेला तीन हातांवर व तीन पुरुष खोलीवर पाणी असते. खोदताना अडीच हातांवर काळा बेडूक आढळतो.
- औदुंबराजवळ वारूळ आढळल्यास तीन पुरुष खोलीवर पश्चिमाभिमुख वाहणारी जलशिरा मिळते. अडीच हातांवर पांढरा उंदीर सापडून पिवळी माती व पांढरा दगड सापडल्यास अखंड पाण्याचा झरा मिळतो.
- निर्जल प्रदेशात कम्पिल्लक वृक्ष आढळल्यास त्याच्या पूर्वेला तीन हात अंतरावर व तीन पुरुष खोलीवर एक दक्षिणाभिमुखी वाहणारी जलशिरा मिळते. खोदताना प्रथम निळी व नंतर पांढरी माती, एक हात खोलीवर बोकडासारखा वास येणारा मासा व क्षारयुक्त थोडे पाणी अशी लक्षणे आढळतात.
- शोणाक वृक्षाच्या वायव्य दिशेला दोन हात अंतरावर व तीन पुरुष खोलीवर कुमुदा नावाची जलशिरा सापडते.
- बिब्ब्याच्या झाडाच्या दक्षिण दिशेला जवळच वारूळ असेल, तर वारुळातून पूर्वेला दोन हात अंतरावर दीड पुरुष खोलीवर पाणी मिळते. तसेच पश्चिमेला वारूळ असल्यास झाडाच्या उत्तरेला

एक हात अंतरावर व साडेचार पुरुष खोलीवर पाणी मिळते. खोदताना पाच हातांवर पांढरा सरडा किंवा विंचू, लाल रंगाचा दगड व त्याखाली पश्चिमाभिमुख वाहणारी मोठी जलशिरा असा क्रम असतो. परंतु ही जलशिरा तीन वर्षांनी नष्ट होते.

- दर्भांनी भरलेल्या वारुळाच्या ईशान्य दिशेला कोरडाचं झाड असेल तर ते झाड व वारूळ यांच्या मध्यभागी साडेचार पुरुष खोलीवर भरपूर पाणी मिळते. खोदताना पाच हातांवर पांढरट रंगाचा साप, त्याखाली लाल माती व माणकासारखा लाल पाषाण सापडतो.

- वारुळाने आच्छादिलेला सप्तपर्ण वृक्ष असला तर त्याच्या उत्तरेला एक हात अंतरावर पाच पुरुष खोलीवर पाणी मिळते. खोदताना अडीच हातावर एक हिरवा बेडूक, नंतर हळदीसारखी पिवळी माती आणि त्याखाली मेघासारखा श्यामवर्णाचा दगड सापडतो. त्याखाली उत्तराभिमुख अखंड वाहणारी जलशिरा मिळते.

- एखाद्या वृक्षाखाली एक किंवा अनेक बेडूक वस्ती करून राहात असतील तर त्याच्या उत्तरेला एक हात अंतरावर साडेचार पुरुष खोलीवर पाण्याचा साठा सापडतो.

- करंजीच्या झाडाच्या दक्षिणेला वारूळ असल्यास त्याच्या दक्षिणेला दोन हातांवर व तीन पुरुष खोलीवर पाणी आढळते. खोदताना अडीच हातांवर एक लहान कासव व नंतर पूर्वाभिमुख वाहणारी जलशिरा, नंतर पुन्हा एक उत्तराभिमुख जलशिरा, नंतर एक हिरवा किंवा पिवळा दगड व त्याच्या खाली अखंड पाणी मिळते.

- मोहाच्या वृक्षाच्या उत्तरेला वारूळ असल्यास वृक्षाच्या पश्चिमेला पाच हातांवर साडेआठ पुरुष खोलीवर पाणी असते. प्रथम पाच हातांवर एक मोठा सर्प, नंतर तपकिरी माती, नंतर कुळीथाच्या रंगाचा दगड व सर्वात शेवटी पूर्वाभिमुख वाहणारी फेसाळ पाणीयुक्त जलशिरा मिळते.

- तीळ वृक्षाच्या दक्षिणेला दर्भ व दुर्वा यांनी भरलेले चकाकणारे वारूळ असेल तर वृक्षाच्या पश्चिमेला पाच हात अंतरावर पंचवीस हातांवर पाणी लागते. ही जलशिरा पूर्वाभिमुख असते.
- ताडाच्या किंवा नारळाच्या बुंध्याशी वारूळ आढळले तर पश्चिमेला सहा हातांवर व वीस हात खोलीवर एक दक्षिणाभिमुख वाहणारा जलस्रोत मिळतो.
- कपित्थवृक्षाच्या दक्षिणेला वारूळ असेल तर विरुद्ध उत्तर दिशेला सात हातांवर पंचवीस हात खोल खणावे. पाच हातांवर एक चित्रविचित्र ठिपक्यांचा साप, नंतर काळी माती, एक कठीण दगड, पुढे पांढरी माती वं त्याच्या खाली प्रथम पश्चिमाभिमुख व नंतर उत्तराभिमुख वाहणारा जलस्रोत मिळतो.
- अश्मंतक वृक्षाच्या उत्तरेला बोरीचे झाड अगर वारूळ असेल तर उत्तरेला सहा हातांवर व साडेसतरा हात खोलीवर पाणी मिळते. खणताना पाच हातांवर एक कासव, नंतर निळा दगड, वाळूयुक्त माती नंतर एक दक्षिणवाहिनी जलशिरा व त्यानंतर ईशान्यवाहिनी जलशिरा मिळते.
- दारुहळदीच्या झाडाच्या उत्तरेला वारूळ असेल तर पूर्वेला तीन हातांवर खणल्यास पावणे एकोणतीस हातांवर पाणी लागते. खणताना प्रथम पाच हातांवर निळा साप, नंतर पिवळी माती, नंतर पाचूच्या रंगाचा दगड, पुढे काळी माती व तिच्याखाली एक पश्चिमाभिमुख व नंतर दक्षिणाभिमुख जलशिरा सापडते.
- एखाद्या निर्जल प्रदेशात विशिष्ट ठिकाणी दुर्वा किंवा विरळ गवताचा भाग आढळला तर त्याखाली पाच हातांवर पाणी मिळते.
- एक प्रकारचे वांगे, त्रिवृता दंती, सूकरपादी, लक्ष्मणा आणि नवमालिका या वेळी जर एखाद्या भागात आढळल्या तर त्यांच्या दक्षिणेला दोन हातांवर व पंधरा हात खोलीवर पाणी मिळते.

- एखाद्या भागातील वृक्षांची पाने जर मऊ व चकाकणारी असली, फांद्या लांबवर पसरून लोंबत असल्या तर त्या भागातील भूगर्भात पाण्याचा साठा असतो.
- याउलट रुक्ष व निस्तेज पाने, वाळल्यासारखे दिसणारे खोड अशी वृक्षांची स्थिती असेल तर त्या भागात पाणी नाही, असे समजावे.
- तिलक, आम्रातक, वरुण, भल्लातक, बिल्व, तिन्दुक, अंकोला, पिंडार, शिरीष, अंजन, परुषक, वंजुल आणि अतिबाला या वनस्पतींची पाने स्निग्ध व तेजस्वी असली आणि आजूबाजूला वारूळ असेल तर तेथे उत्तरेला तीन हातांवर साडेबावीस हात खोलीवर पाण्याचा साठा असतो.
- एखाद्या निर्जल किंवा निष्कंटक प्रदेशात गवताळ पट्टा किंवा कंटकमय विभाग किंवा याउलट तृणमय व कंटकमय प्रदेश, निस्तृण किंवा निष्कंटक विभाग आढळला तर त्याखाली साडेचार हातांवर किंवा पश्चिम दिशेला तीन हातांवर व तीन पुरुष खोलीवर पाणी किंवा धन सापडते.
- भूमीवर पाय आपटल्यानंतर जर गंभीर व कर्णसह्य ध्वनी आला तर त्या भूमीखाली तीन पुरुष अंतरावर पाण्याचा साठा आढळतो.
- एखाद्या वृक्षाची एक फांदी निस्तेज किंवा खाली लोंबणारी असेल तर त्या वृक्षाखाली पंधरा हातांवर पाणी मिळते.
- एखाद्या वृक्षाची फळे, फुले व पाने वाजवीपेक्षा जास्त तेजस्वी दिसत असतील तर त्याच्या पूर्वेला तीन हातांवर व वीस हात खोलीवर पाणी मिळेल. खोदताना प्रथम एक दगड व पिवळी माती मिळते.
- जर कंटकारी झाडाला काटे नसतील व पांढरी फुले आली असतील तर भूमीखाली साडेतीन पुरुष खोलीवर पाणी मिळते.

- जर निर्जल प्रदेशातील खजुराच्या झाडाला दोन शेंडे आले असतील तर त्याच्या पश्चिमेला दोन हातांवर तीन पुरुष खोलीवर पाणी मिळते.
- कर्णिकार किंवा/आणि पळस वृक्षांना लाल रंगाऐवजी पांढऱ्या रंगाची फुले आली तर दहा हात खोलीवर पाण्याचा प्रचंड साठा असतो.
- पृथ्वीच्या पृष्ठभागावर आतून वाफ बाहेर येताना आढळली तर दहा हात खोलीवर पाण्याचा प्रचंड साठा असतो.
- शेतातील वाढलेले पीक वरून पाणी घालूनही आपोआप जळून गेले किंवा त्याची पाने वाजवीपेक्षा जास्त स्निग्ध व चमकदार झाली तर तेथे दोन पुरुष खोलीवर पाणी मिळते.

वरील सर्व लक्षणे जंगलाच्या किंवा माळरानाच्या प्रदेशात लागू पडतात. जेथे मरुभूमी किंवा वाळवंट आहे, तेथे पाणी शोधून काढण्यासाठी वेगळी लक्षणे आहेत. वराहमिहिर म्हणतो की, वाळवंटी प्रदेशातील भूगर्भांतर्गत जलशिरा उंटाच्या पाठीसारख्या वाकड्या असतात. त्या सरळ वाहात नाहीत. तसेच त्या फार खोलीवर असून थोड्या पाण्याच्या मध्ये मध्ये खंडित झालेल्या असतात. ज्या वाळवंटी प्रदेशात भूगर्भात जलशिरा आहेत, त्या ठिकाणी भूपृष्ठावर पुढील लक्षणे दिसतात :

- पीलू नावाच्या वनस्पतीच्या ईशान्य दिशेला एखादे वारूळ असेल तर पश्चिम दिशेला साडेचार हातांवर पाच पुरुष खोलीवर पाणी सापडते. खोदताना एक पुरुष खोलीवर एक बेडूक, नंतर तपकिरी माती, त्याखाली हिरवट रंगाची माती व त्याखाली पाणी मिळते.
- पीलू वृक्षाच्या पूर्वेला वारूळ आढळले तर त्याच्या दक्षिणेला साडेचार हातांवर सात पुरुष खोलीवर पाणी मिळते. पहिल्या चार हातांवर एक काळा व एक पांढरा, हातभर लांब सर्प दिसतो. त्याच्या दक्षिणेला क्षारयुक्त पाण्याची मोठी शीर दिसते.

- करीर वृक्षाच्या उत्तरेला जर वारूळ असेल तर त्याच्या दक्षिणेला साडेचार हात अंतरावर दहा पुरुष खोलीवर पाणी मिळते. खोदताना पाच हातांवर एक पिवळा बेडूक सापडतो.
- रोहितक वृक्षाच्या पश्चिमेला वारूळ असल्यास त्याच्या दक्षिणेला तीन हातांवर व बारा पुरुष खोलीवर खाऱ्या पाण्याचा पश्चिमाभिमुख जलस्रोत भूगर्भात असतो.
- सुवर्णक झाडाच्या उत्तरेला वारूळ आढळले तर त्याच्या दक्षिणेला दोन हातांवर पंधरा पुरुष खोलीवर क्षारयुक्त जलवाहिनी आढळते. खोदताना अडीच हातांवर एक मुंगूस, नंतर तांब्याच्या रंगाचा दगड, नंतर लाल माती व शेवटी दक्षिणवाहिनी जलशिरा मिळते.
- रोहित वृक्ष व बोरीचे झाड जवळ असून त्यांच्या मध्ये वारूळ असेल (असल्यास उत्तम, नसले तरी चालेल) तर त्यांच्या पश्चिमेला तीन हात अंतरावर सोळा पुरुष खोलीवर गोड्या पाण्याची जलशिरा मिळते. प्रथम दक्षिणवाहिनी व नंतर उत्तरवाहिनी होणारी ही जलशिरा असते. खोदताना पिठासारखा पांढरा दगड, नंतर पांढरी माती व अडीच हातांवर विंचू असल्याचे आढळते.
- इंद्रवृक्षाच्या पूर्वेला वारूळ असल्यास पश्चिमेला एका हातावर १४ पुरुष खाली पाणी लागते. पाच हात खोदल्यावर पिवळा सरडा सापडतो.
- बोरीचे झाड व करीर वृक्ष एकमेकांत गुंतले असतील तर त्यांच्या पश्चिमेला तीन हातांवर अठरा पुरुष खोलीवर पाणी लागते.
- बोरी व पीलू वृक्ष जवळजवळ आढळल्यास पूर्वेला तीन हातांवर वीस पुरुष खोलीवर खाऱ्या पाण्याचा अखंड झरा आढळतो.
- जर करीर व ककुभवृक्ष किंवा बिल्व आणि ककुभवृक्ष जवळ जवळ असतील तर त्यांच्या पश्चिमेला दोन हातांवर पंचवीस पुरुष खोलीवर पाणी सापडते.

- जर दूर्वा पांढऱ्या रंगाच्या असतील तर त्या ठिकाणी २१ पुरुष खोलीवर पाणी मिळते. तेथे विहीर खोदावी.
- कदंब वृक्षांनी भरलेल्या भूभागात दूर्वा आढळल्या तर कदंबाच्या दक्षिणेला दोन हातांवर आणि २५ पुरुष खोलीवर पाणी आढळते.
- तीन वारुळांतून उगवलेल्या तीन प्रकारच्या झाडांमुळे जर रोहित वृक्षांशी त्रिकोण होत असेल तर उत्तरेला साडेचार हातांवर व दोनशे फूट खोलीवर पाणी मिळेल. तळाशी मोठा खडक व त्याखाली पाणी असेल.
- गाठी असलेल्या शमीच्या उत्तरेला जर वारूळ आढळले तर पश्चिमेला पाच हातांवर व पन्नास पुरुष खोलीवर पाणी असते.
- जर एकाच ठिकाणी पाच वारुळे आढळली व त्यातील मध्य वारूळ जर श्वेतरंगाचे असले तर त्या मध्यवारुळाच्या खाली ५५ पुरुष खोलीवर जलशिरा असते.
- पळस व शमी एकमेकांजवळ वाढून एकमेकांत गुंतले असतील तर त्यांच्या पश्चिमेला पाच हातांवर साठ पुरुष खोलीवर पाणी सापडते. अडीच हात खोदल्यावर एक सर्प व नंतर वाळूमिश्रित माती असते. त्याखाली पाणी असते.
- जर श्वेतरोहित वृक्ष वारुळांनी वेढला गेला असेल तर पूर्वेला एका हातावर सत्तर पुरुष खोलीवर पाणी मिळते.
- काटेरी शमीच्या दक्षिणेला एका हातावर ७७ पुरुष खोलीवर पाणी सापडते. अडीच हात खणल्यावर साप असल्याचे आढळते.
- वालुकामय प्रदेशातील लक्षणे कमी पाण्याच्या प्रदेशाला लागू पडत नाहीत. जर जांभूळवृक्ष व वेत वालुकामय प्रदेशात आढळले तर मात्र वर सांगितलेल्या खोलीच्या दुप्पट खोलीवर पाणी मिळते.
- एखाद्या वारुळावर जांभळाचे झाड व त्यावर किंवा जवळच त्रिवृता, मौर्वी, शिशुमारी, सारिवा, शिवा, श्यामा, वाराही,

ज्योतिष्मती, गरुडवेगा, सूकरिका, माषपर्णी आणि व्याघ्रपदा यापैकी एखादी वेल उगवलेली आढळली तर वारुळाच्या उत्तरेला तीन हातांवर तीन पुरुष खोलीवर पाणी आढळते. जर वालुकामय प्रदेशात अशी स्थिती आढळली तर २५ किंवा ३५ हात खोलीवर पाणी मिळते.

एखाद्या प्रदेशात गवत, दूर्वा, वृक्ष, झुडुपे किंवा वारूळ नसले तरी तेथील मातीच्या किंवा भूमीच्या काही वैशिष्ट्यांवरून भूगर्भात पाणी आहे की नाही हे ओळखता येते. त्याची काही उदाहरणे वराहमिहिराने खाली दिली आहेत.

- जर भूमी अतिशय मऊ, खोलगट, थोडी वाळू असलेली किंवा नाद निर्माण करणारी असेल तर साडेचार किंवा पाच पुरुष खोलीवर तेथे पाणी मिळते.
- मऊ व चमकदार पाने असलेल्या वृक्षांच्या दक्षिणेला पाच पुरुष खोलीवर पाणी मिळते.
- एखाद्या प्रदेशात जमिनीस उतार असून त्यावर लोकांच्या रहदारीच्या खुणा असतील तर त्या भूगर्भात साडेसात हात खोलीवर पाणी मिळते.
- विविध प्रकारच्या जंतूंचे एकही वसतिस्थान आजूबाजूला नसून फक्त एकाच ठिकाणी जंतूंचा पुंजका दिसत असेल तर त्या भूगर्भात साडेसात हात खोलीवर पाणी मिळते.
- उष्ण भूप्रदेशात थंड भूभाग किंवा थंड भूप्रदेशात उष्ण भूभाग आढळला तर साडेसतरा हात खोलीवर पाणी मिळते.
- वरील ठिकाणी वारूळ किंवा मासे आढळले तर चार हातांवरच पाणी मिळते.
- अनेक वारुळांच्या रांगेत एखादे वारूळ सर्वांत जास्त उंच असेल तर त्याखाली चार हातांवरच पाणी मिळते.

- एखाद्या ठिकाणी वनस्पती वाढून आपोआप जळून जातात किंवा आजिबात वाढत नाहीत, त्या ठिकाणी साडेसतरा हात खोलीवर पाणी मिळते.
- वड, पळस व औदुंबर किंवा वड व पिंपळ यांची झाडे एकत्र आढळतील तर त्यांच्या खाली तीन हातांवर उत्तरवाहिनी जलशिरा आढळते.
- एखाद्या भूप्रदेशातील झाडांची पाने जर मऊ, चमकदार असतील किंवा तेथे वेलींच्या जाळी असतील किंवा कमळ (कमल), गोक्षुरा (गोखुर), उशीर (वाळा), गुंड्र (गुळवेल), काश, नलिका (दालचिनी) किंवा नल (देवनळ) गवत भरपूर प्रमाणात उगवले असेल, तर पंधरा हात खोलीवर तेथे पाणी मिळते.
- खजूर, जांभूळ, अर्जुन, वेत, हस्तिकर्ण (शिंदपी), नागकेसर, शतपत्र (गजकर्णी), कदंब, करंज, सिंदुवार (निर्गुडी), बिभीतक (बेहडा) किंवा मदयंतिका (मेहंदी) यांचे वृक्ष एखाद्या प्रदेशात असतील तर पंधरा हात खोलीवर पाणी मिळते.

वराहमिहिराने वेगवेगळ्या प्रकारच्या मातीचा विचार केला आहे :

- एखाद्या प्रदेशाची भूमी (माती) निळी असून तीत गोल गोटे आढळतील किंवा तांबडी असून तेथे मुंजा गवत, दूर्वा आणि वेत आढळतील तर त्या ठिकाणी पाणी असते.
- भूमी वालुकामय असून तांबड्या रंगाची असेल तर तेथे तीव्र चवीचे पाणी मिळते.
- तपकिरी/तांबूस रंगाच्या भूमीत खारे पाणी आढळते.
- पांढऱ्या रंगाची भूमी खारट पाणी देते.
- निळ्या रंगाची भूमी गोड पाणी देते.
- वृक्षांच्या किंवा वेलींच्या पानाला भोके असतील तर त्यापासून दूर अंतरावर पाणी असते.

- सूर्य, अग्नी, राख, उंट किंवा गाढव यांच्यासारखा रंग असलेल्या मातीच्या भूमीत पाणी मिळत नाही.
- करीर वृक्षातून दूध येत असून त्याला तांबडे कोंब येत असतील तर त्याच्या खाली पाणी असते.
- एखादा खडक वैडूर्य (पाचू), हिरवे मूग, काळा मेघ, नीलमणी, पिकलेले अंजीर किंवा काजळ यांसारख्या किंवा तपकिरी रंगाचा असला तर त्याच्याखाली भरपूर पाणी मिळते.
- कबूतर, मध, तूप, रेशीम, किंवा सोमलता यांसारखा रंग असलेल्या खडकाच्या खालीदेखील पाणी मिळते.
- तांबडा, राखाडी रंगाचा उंट, गाढव, मधमाशी यांच्यासारखा किंवा काळ्या-तांबड्या फुलासारखा रंग असलेल्या खडकाखाली अजिबात पाणी येत नाही.
- चंद्र, स्फटिक, मोती, सुवर्ण, नीलमणी, हरिताल, किंवा उगवत्या सूर्याच्या कोवळ्या किरणांसारखा रंग असलेले खडक किंवा ढग पाण्याच्या दृष्टीने अतिशय अनुकूल असतात.

खडक फोडण्याची प्रक्रिया

भूमिगत पाणी शोधून काढताना पुष्कळदा शेवटी खडक लागतो. खडक फोडतेवेळी काही वेळा तो अजिबात फुटत नाही. हल्लीच्या काळात डायनामाईट किंवा सुरुंगाची दारू लावून खडक फोडतात. परंतु, पूर्वीच्या काळी खडक फोडण्यासाठी ज्या युक्त्या वापरीत, त्या वराहमिहिराने सांगितल्या आहेत :

- एखादा खडक फुटत नसेल, तर त्यावर रतिदुर्क (टेंभूर्णी) व पळसाचे ओंडके तो खडक लाल होईपर्यंत जाळावेत. नंतर त्यावर चुनकळीचे पाणी ओतावे, म्हणजे खडक फुटतो.
- पोक्षक (मोखा) झाडाच्या फांद्या जाळून, त्यांची राख वेत जाळून केलेल्या राखेत मिसळावी. हे मिश्रण पाण्यात खूप वेळ उकळावे.

तप्त झालेल्या खडकावर ते मिश्रण सात वेळा ओतावे. प्रत्येक वेळी मिश्रण ओतण्यापूर्वी खडक तापवावा, म्हणजे खडक फुटतो.

- ताक, अज्जिक (म्हणजे पिठापासून केलेले एक प्रकारचे आंबट द्रव्य) व दारू यांच्या मिश्रणात कुळीथ व बोरे मिसळून सात रात्री ठेवून द्यावे. आठव्या रात्री हे मिश्रण खडकावर ओतावे. म्हणजे खडक फुटतो.
- लिंबाची पाने व साल, तिळाचे बुंधे, अपामार्ग (म्हणजे आघाडा), तिंदुक आणि अमृतावेल हे सर्व एकत्र जाळून राख करावी. गोमुत्रात त्याचे मिश्रण करावे. हे मिश्रण तापवलेल्या खडकावर सहा वेळा ओतावे. ओतताना प्रत्येक वेळी खडक तापवावा.

पाणी साठवून ठेवण्याचे उपाय

भूगर्भातून आणि आकाशातून मिळालेले पाणी कसे साठवून ठेवावे, कशा तऱ्हेने तलाव बांधावेत, यासंबंधी सुद्धा काही सूचना पूर्वाचार्यांनी केल्या आहेत. त्या अशा -

आयताकृती तळे करावे. त्याच्या पूर्व व पश्चिम दिशेची लांबी दक्षिण उत्तर दिशेच्या लांबीपेक्षा जास्त असावी, म्हणजे त्यातील पाणी जास्त दिवस पुरते. कारण दक्षिण- उत्तर दिशेची लांबी जास्त असल्यास त्या भिंती सोसाट्याच्या वाऱ्याने लवकर झिजतात. पूर्वपश्चिमेच्या भिंती झिजत नाहीत. जर तलावाची दक्षिण उत्तर बाजू जास्त लांबीची करावयाची असेल तर त्या बाजू विटांनी, दगडांनी किंवा लाकडांनी भक्कम बांधून घ्याव्यात. तलावाच्या काठी अर्जून, वड, आंबा, पिंपळ, पळस, कदंब, जांभूळ, वेत, ताड, अशोक, मधूक (मोहा), आणि बकूळ हे वृक्ष लावून विहिरीचे सदर झाकून टाकावे. तसेच पाणी जाण्यासाठी तळाशी दगडांनी बांधून काढलेले एक छिद्र असावे.

भूजलाची निदर्शके : 'वारुळे' आणि 'वाळवी'

जमिनीवरील पाणी मोजण्याचे नैसर्गिक साधन म्हणजे 'वारुळे'. काही प्रदेशात खूप वारुळे असतात. वारुळांमधून खूप आर्द्रता असते. त्या ठिकाणी मुंग्यांची आणि वाळवींची वसाहत असते. त्यांची वैशिष्ट्ये म्हणजे वारूळ तयार करता करता त्या थेट भूगर्भातील पाण्यापर्यंत पोहोचतात. त्यामुळे जिथे वारुळ असते त्याखाली निश्चित पाणी असल्याचे लक्षण मानले जाते. मुंग्या किंवा वाळवी मातीत शिरताना जी माती वर फेकतात. ती माती टेकडीच्या रूपाने पृष्ठावर दिसते. या मातीमध्ये अनेक औषधी गुणधर्म आहेत. म्हणून या मातीला 'आस्त्रव भेषज' (म्हणजेच स्त्रवलेले औषध) असे अथर्ववेदात म्हटले आहे. मुंग्यांना इंग्रजी भाषेत परिभाषिक नाव 'टरमाईट' (Termite) असून साध्या बोलीभषेत 'पांढऱ्या मुंग्या' (White Ants) असे म्हणतात. आपण त्यांना मुंग्या किंवा उधई म्हणू या. अथर्ववेदात त्यांना 'उपजिका' असे म्हटले आहे. या मुंग्यांचे वैशिष्ट्य म्हणजे त्या वारूळ तयार करता करता थेट भूगर्भातील पाण्यापर्यंत जातात. त्यामुळे वारूळ असणे हे त्याखाली निश्चित पाणी असल्याचे निदर्शक लक्षण मानले गेले आहे.

भूजल साठा आणि वारुळे यांच्या परस्परसंबंधाविषयी या शास्त्रज्ञांनी अतिशय महत्त्वाची माहिती उजेडात आणली आहे.

वराहमिहिरांनी वारुळे व ॲक्विफर (भूगर्भातील पाण्याचा झरा) यांच्यातील अंतर दिले आहे व पाण्याची खोली ३.४३ मी. ते १६० मीटरपर्यंत आढळते, असे सांगितले आहे. तैत्तिरीय आरण्यकात वाळवींचे 'उपदिका' असे वर्णन केले

आहे. त्या जेथे खणतात, तेथे पाणी मिळते असे सिंडर या शास्त्रज्ञाने निदर्शनास आणले. वाळवीच्या खोदण्याची खोली पाण्याच्या उपलब्धतेवर अवलंबून असते. कार्ल फ्रिशन या शास्त्रज्ञाने केलेल्या संशोधनानुसार वारुळामध्ये अनेक उभी बिळे जमिनीमध्ये आढळतात. त्यापैकी एखादे खूप खोल असते. वराहमिहिरांच्या अभ्यासावरून असे गृहित धरता येते, की एक उभे बीळ भूमिगत पाण्याजवळ पोहोचते. काही ठिकाणी वारुळातील अगदी खाली असलेल्या पाण्याजवळ जाणारे बीळ उभे असते, असे वॅटसनने दाखवले.

बोरीच्या झाडाच्या पूर्वेला जर वारूळ असेल, तर त्याच्या पश्चिमेला तीन पुरुष खोलीवर पाणी असते. (त्याचे लक्षण असे) अर्धा पुरुष खोलीवर पांढरा सरडा (किंवा पांढरी साधी पाल) दिसते. या लक्षणाचा प्रत्यय या स्पॉटवर खालीलप्रमाणे आला. 'जेव्हा वारुळाचे अस्तित्व बोर वृक्षाच्या पूर्व दिशेला असेल, तेव्हा पाण्याचे अस्तित्व हे सुमारे १.३७ मीटर दूर अंतरावर वृक्षाच्या (बोर) पश्चिमेला ६.८५ मीटर खोलीवर असते.' 'रेझिस्टिव्हिटी सर्व्हे'नुसार पाण्याचा साठा असलेल्या स्तराचे अस्तित्व हे २.५३ ते ४.७७ मीटर या खोलीदरम्यान आढळले. हा फरक कदाचित वराहमिहिरांच्या निरीक्षणानुसार प्रामुख्याने उज्जैन शहर व परिसर (सध्याचा मध्य प्रदेश) नॉन बेसॉल्टिक (बेसाल्ट नसलेल्या भागांत) दिसून येतो. तो लक्षात घेताना पाचव्या शतकातील वराहमिहिरांनी सांगितलेल्या लक्षणाचा आज दिसत असलेल्या लक्षणाशी संबंध लावणे हे शास्त्रीय संशोधनाचे काम आहे.

पॉलिकॅली

वारूळ हे अनेक स्वतंत्र लहान लहान घटकांचे बनलेले नगरच असते. या घटकांना 'कॅली' असे म्हणतात. जे वारूळ अनेक कॅलींनी बनलेले असते, त्याला 'पॉलिकॅली' असे म्हणतात. त्यांच्यामध्ये अंतर्गत रचना ही एकसारखी असते. या प्रकारच्या वारुळात एक मोठी पोकळी भूजलापर्यंत असते.

मराईसचे निरीक्षण

मराईस या शास्त्रज्ञाने आफ्रिकेतील वॉटरबर्ग जिल्ह्यात अभ्यास केला, त्यावेळी तिथे तीव्र दुष्काळ होता. तो भाग डोंगराळ होता व ४० फूट खोलीपर्यंत पाणी सापडणे तेथे अशक्य होते. तेथेच एका टेकडीच्या मध्यावर वाळवीची वारुळे होती. ती उघडली असता तेथे आश्चर्यकारकरीत्या आतील भाग हा दमट आढळला. वाळवीने पाणी मिळवण्यासाठी कमीत कमी शंभर फूट खोलीपर्यंत

खणले होते. पाण्यापर्यंत जाणारी पोकळी वारुळापासून ६५ फूट अंतरापर्यंत होती. नंतर ती दिसेनाशी झाली. वारूळात दर दोन तीन फुटांवर बुरशीचा समूह होता, जी पाण्याचे निदर्शक आहे. वाळव्या पाण्याच्या शोधात इतक्या खोलवर जातात, की त्या खोलीवर विश्वास ठेवणे अशक्य आहे.

फ्रेटोफ्राइट्सभोवती वाळवीची वारुळे आढळतात. या वृक्षांच्या प्राथमिक मुळांबरोबर वाळवी खोलवर पाण्यापर्यंत पोचतात व त्यांच्या वारुळाचा विस्तार आडव्या वाढणाऱ्या मुळांसोबत होतो. वृक्षांना (मुळांना) जमिनीत खोल जाण्यासाठी वाळवीच्या पोकळीचा उपयोग होतो. त्या वाळवी मुळांना इजा पोहोचवत नाहीत. मुळांमुळे आर्द्रता राखण्यास मदत होते.

वराहमिहिरांनी वाळवींची वारुळे व त्यांच्या भोवतीच्या वनस्पतींवरून भूजलाच्या उपलब्धतेवर तेथे वाढणाऱ्या वनस्पतींच्या जाळी व उगवणे अवलंबून असते. वृक्षामुळे वारुळामधील आर्द्रता राखण्यास मदत होते.

जैविक वातावरण (परिस्थिती)

वराहमिहिरांनी वाळव्यांचा बांध हा अत्यंत महत्त्वपूर्ण असा भूजलाचा निदर्शक मानला आहे. साधे लाकूड, बांधकामासाठी वापरले जाणारे लाकूड, कागद, कपडे, विशिष्ट वनस्पती व पिकांचे नुकसान वाळवी करते. तरीही ती माणसाला उपयोगी आहे. वाळवी आणि वाळवीयुक्त माती यासंबंधी उल्लेख वैदिक काळापासून प्राचीन संस्कृत वाङ्मयात आढळतो. संस्कृत साहित्यात वाळवीला 'उपजिका', 'उद्देहिका' अशा संज्ञा वापरल्या आहेत. जमिनीवर वारुळे करणाऱ्या वाळवीचे अनेक प्रकार आहेत असे बूसफिल्ड (१८८६) या शास्त्रज्ञाने म्हटले आहे.

पाश्चात्य शास्त्रज्ञांनी केलेल्या वर्णनानुसार सामान्यत: वाळवीची वारुळे वृक्षांच्या तळाशी विशिष्ट दिशेने अथवा भोवताली आढळतात. अशी वारुळे गवताने किंवा इतर वनस्पतीने आच्छादलेली असू शकतात. वाळवीची वारुळे कोणत्याही वृक्षाच्या आधाराशिवाय आढळू शकतात.

व्हिटनी शास्त्रज्ञाने केलेल्या स्पष्टीकरणानुसार ज्या जमिनीमध्ये मोठी मोठी वारुळे तयार केली जातात, ते एक प्रकारचे बांध बंधारे आहेत. या वारुळांमध्ये आर्द्रता असते. त्या आर्द्रतेमध्ये रोग बरा करण्याचा गुणधर्म असतो. आर्द्र वातावरण हे वाळवीसाठी पोषक किंवा आरोग्यासाठी चांगले असते, असे सांगितले आहे. बूमफिल्डच्या मतानुसार वाळवीला निसर्गत: जलनिर्मिती करण्याची शक्ती असते. आणि तिने निर्माण केलेले पाणी हे रोग बरे करणारे औषधी पाणी असते. वाळवीला

निसर्गतः खणण्याची व पोखरण्याची शक्ती प्राप्त असते. त्या शक्तीनुसार त्या उपयुक्त पाणी मिळवतात. वाळवीने निर्माण केलेल्या मातीचे औषधी गुणधर्म आपल्या प्राचीन ग्रंथात वर्णन केले आहेत. आफ्रिकेमध्ये झिंबाब्वेमध्ये सोन्याच्या खाणीत वाळवीच्या वारुळाचा अभ्यास वॅटसनने केला असता त्याला वारुळे खोदल्यावर ७० ते ८० फुटांवर पाणी आढळले होते.

वारुळे व भोवतालच्या वनस्पतींवरून भूजलाची उपलब्धता

वाळवीला पाण्याची अत्यंत आवश्यकता असते. म्हणून तिच्या आहारात भरपूर पाणीयुक्त पदार्थ किंवा पाणी असते. बाह्य वातावरणापेक्षा आर्द्र अशा ठिकाणी वाळवी राहते. वारुळांचे मुख्य कार्य कायम अति आर्द्रता रोखणे हे असते. मॅकॉनने व ल्यूचरल या विज्ञानाचा अभ्यास करणाऱ्या शास्त्रज्ञाने वारुळातील आर्द्रतेविषयी काही नोंदी केल्या आहेत. मॅकॉनने या शास्त्रज्ञाने वारुळातील आर्द्रता ही १३ टक्के ते १५ टक्के असते, हे दाखवून दिले. ल्यूचरल या शास्त्रज्ञाला आफ्रिकेतील आयव्हरी कोस्ट येथील वारुळांची आर्द्रता ९८ टक्के ते ९९ टक्के आढळली. वाळवीच्या वारुळात बुरशी मोठ्या प्रमाणात असते. ज्यामध्ये पाणी मोठ्या प्रमाणावर असते. त्यांचा उपयोग आतील आर्द्रता वाढवण्यासाठी होतो. रुक्ष किंवा अर्धरुक्ष भागात वारुळामध्ये आर्द्रता राखण्यासाठी त्या विशेष प्रयत्न करतात. वाळवी जमिनीतील पाण्याचा शोध घेतात आणि वारुळाच्या भिंती ओल्या करतात. वाळवीच्या वेगवेगळ्या जाती वेगवेगळी वारुळे बांधतात व त्यामधून मोठ्या प्रमाणात आर्द्रता निर्माण होते. कोरड्या वातावरणातील वाळवीपासून कमी आर्द्रता तयार होते. म्हणून वाळवीचे नियमन आर्द्रतेवरच होते. यावरून वराहमिहिरांनी असे दाखवून दिले की वारूळ करणाऱ्या वाळवीच भूजलाच्या निदर्शक आहेत. कोरड्या वातावरणात किंवा लाकूड खाणाऱ्या वाळवी या भूजल निदर्शक नाहीत.

वराहमिहिरांनी वाळवीची वारुळे व त्यांच्याभोवती वनस्पती यावरून भूजलाच्या उपलब्धतेचे जे अनुमान काढले त्यावरून पाण्याच्या उपलब्धतेवर तेथे वाढणाऱ्या वनस्पतींच्या जाळी व वनस्पती उगवणे अवलंबून असते, व वृक्षामुळे वारुळांमधील आर्द्रता कायम राखण्यास मदत होते अशी नोंद केली आहे.

गवताने आच्छादलेली वाळवीची वारुळे

वराहमिहिराच्या स्पष्टीकरणानुसार वाळवीची वारुळे, जी भूजलाची निदर्शक आहेत, ती कुश, दूर्वा किंवा दोन्ही प्रकारच्या गवताने आच्छादलेली असतात.

शास्त्रीय आधार

थॉमसला वाळवीच्या वारुळांवर गवत वाढलेला समूह आढळला हॅरिस या परदेशी शास्त्रज्ञाने असे नमूद केले आहे,की वाळवीचे वारूळ आधीचा (मूळ) समूह नष्ट झाल्यामुळे किंवा वाळवीच्या वारुळाची वाढ झाल्याने गवताला वाढण्यासाठी फार थोडी जागा शिल्लक राहिली.

वराहमिहिरांच्या स्पष्टीकरणानुसार वाळवीची वारुळे, जी भूजलाची निदर्शक आहेत, ती कुशदुर्वा किंवा दोन्ही प्रकारच्या गवताने आच्छादलेली आहेत.

वराहमिहिरांनी Termite Moundचा उल्लेख जलदर्शक म्हणून केला आहे. संस्कृतमध्ये Termite Moundसाठी 'वाल्मिक' अशी संज्ञा वापरली आहे. वराहमिहिरांनी आहि-निलय, अहि-वास, अहि-गृहम, सर्पावास व भुजंग गृहम असे म्हटले आहे. या सर्वांचा अर्थ नागांचा अधिवास (वारूळ) असा होतो. सामान्यतः वाळवीची वारुळे वृक्षांच्या तळाशी विशिष्ट दिशेत अथवा संपूर्ण भोवताली आढळतात.

अशी वारुळे गवताने किंवा इतर वनस्पतींनी आच्छादलेली असू शकतात. वाळवीची वारुळे कोणत्याही वृक्षाच्या आधाराशिवाय आढळू शकतात. आधुनिक शास्त्रीय साहित्यात वाळवीच्या वारुळाच्या विविध कुळांचे संक्षिप्त वर्णन पुढीलप्रमाणे केले आहे:

१) Mastoermitidas, २) Kalotermitudae, ३) Hodotermitidae, ४) Rhinotermitidae, ५) Serritermitidae, ६) Termitidae असे केले आहे.

यांतील शेवटचे सहावे कूळ हे सर्वांत मोठे असून तिच्यात ७५ टक्के वाळवी प्रजातींचा समावेश होतो. या कुळाला विकसित तर इतर पाच कुळांना अविकसित म्हणतात.

आफ्रिकेतील झिम्बाब्वेमधील सोन्याच्या खाणींमध्ये वॅटसनने वाळवीच्या वारुळांचा अभ्यास केला. तेथे त्याने वारुळे खोदली असता ७५ ते ८० फुटांवर पाणी आढळले.

भारतीय शास्त्रज्ञ डॉ. प्रसाद व नारायण यांनी चंद्रगिरी या ऐतिहासिक ठिकाणी अभ्यास केला. त्याठिकाणी खडकास तडे गेले आहेत. खडकांमधील दरीमुळे वाळवीला पाण्यापर्यंत पोहोचण्यास मदत होते. यासंबंधी आंध्र प्रदेशमध्ये केलेल्या अभ्यासाची उदाहरणे पाहता येतील.

१) आंध्र प्रदेशातील गोदावरीच्या काठावरील अल्बक पठारावर सहा ते सात फूट उंच व चार ते पाच फूट व्यासाची वारुळे आढळली. पठाराच्या भागावर अनेक वारुळे आढळली, तेथील खडकास तडे गेले होते, ज्यामधून वाळवी बांधणीकरता माती व आर्द्रता राखण्यासाठी पाण्याची ने-आण करते.

२) आंध्रातील बिजूर येथे अभ्यास केला असता, तेथे वालुकामय खडक आढळले. तेथील वारुळे एकमेकांना सांधली गेली आहेत, असे आढळले. Phreatophyte च्या भोवती वाळवीची वारुळे आढळतात.या वृक्षाच्या प्राथमिक मुळांबरोबर वाळवी खोलवर पाण्यापर्यंत पोहोचते व त्यांच्या वारुळांचा विस्तार आडव्या वाढणाऱ्या मुळांबरोबर होतो.

वृक्षास (मुळांना) जमिनीत खोलवर जाण्यास वाळवीच्या पोकळीचा फार उपयोग होतो व वाळवी मुळांना इजा पोहोचवत नाही. मुळांमुळे आर्द्रता राखण्यास मदत होते.

वॅटसनला ऱ्होडेशियात एक मीटर उंचीचे व सहा मीटर व्यास असलेले वारूळ आढळले, ज्याच्याखाली एक मीटरपेक्षाही कमी खोलीवर पाणी आढळले.

वाळवीच्या वारुळांवर चराऊ गवताची वाढ करणारे घटक

- वाळवी मातीमध्ये प्राण्यांची विष्ठा आणि मृत झाडांचे अवशेष मिसळतात व मातीची प्रत वाढवतात.
- मातीमधील आर्द्रता व गाळण्याची क्षमता वाढवतात.
- Exchangable Basicचे प्रमाण वाढवतात.
- वनस्पतींच्या वाढीसाठी आवश्यक पदार्थ स्त्रवतात.

जैविक वातावरण (परिस्थिती)

या संदर्भात प्राण्यांच्या वर्तनाचा भूजलाच्या आढळण्याशी असलेला संबंध पुढीलप्रमाणे अभ्यासला आहे :

वराहमिहिरांच्या अभ्यासानुसार (Termite Mound) वाळवीचा बांध (समूह) हा एक महत्त्वपूर्ण भूजल दर्शक आहे.

विविध श्लोकांमध्ये Termite Mound शी संलग्न अर्थ समजण्यासाठी वाळवी व वाळवी समूह यांचे यथार्थ ज्ञान असणे आवश्यक आहे.

वाळवी व वाळवीयुक्त मातीशी संबंधित बाबींचा उल्लेख अनेक प्राचीन संस्कृत वाङ्मयात वैदिक काळापासून आढळतो. म्हणून रनाउर (१९५६) त्याच्या

वाळवीशी संबंधित संदर्भग्रंथ यादीत म्हणतो, ''ख्रिस्तपूर्व १३५०, ऋग्वेदात उल्लेख असलेला 'घुणा', जो लाकडाच्या नाशास कारणीभूत आहे, ती शक्यतो वाळवी असावी.''

ख्रिस्तपूर्व ग्रीक लेखकांना भारतातील अनेक प्राण्यांची माहिती होती. हॅरिस म्हणतो, की भारत सोडून जगातील काही प्राचीन शास्त्रीय ग्रंथांत वाळवीचा उल्लेख सापडतो.

वाळवीचे अथर्ववेदातील वर्णन

हिंदू धर्मातील चार पवित्र ग्रंथांपैकी एक ग्रंथ अथर्ववेद आहे ज्यामध्ये वाळवीचा संदर्भ आढळतो. त्याचे भाषांतर व त्यावर भाष्य / स्पष्टीकरण व्हिटनी आणि ब्रूमफील्ड यांनी केले आहे. या वेदात वाळवीच्या क्रियांची माहिती देणारे श्लोक आढळतात.

व्हिटनी एका संदर्भाचा आधार घेऊन असे स्पष्टीकरण देतो, की ज्या जमिनीमध्ये वाळवी मोठी घरटी (वारुळे) तयार करते, ते एक प्रकारचे बांध/बंधारे आहेत. या वारुळामध्ये आर्द्रता असते, जिच्यात एखादा रोग बरा करण्याचा गुणधर्म असतो. आर्द्र वातावरण मुंग्यांसाठी पोषक वा आरोग्यदायी असते. वाळवी व वाळवीयुक्त मातीचे औषधी गुणधर्म यांचे वर्णन भारतातील इतर प्राचीन ग्रंथांत वर्णिले आहेत.

भूजल सर्वेक्षण पद्धती

भूजल शोधण्याच्या पद्धती

सध्या जमिनीतील पाणी शोधण्याच्या वेगवेगळ्या पद्धती अस्तित्वात आहेत. शेतकरीबंधू त्यांचा वापर करून जमिनीतील पाण्याचा शोध घेत आहेत. भूजल सर्वेक्षणाच्या काही परंपरागत आणि शास्त्रीय पद्धतींविषयी माहिती अशी आहे -

१) पाणाडी पद्धत

काही ठोकताळे बांधून जमिनीतील पाणी सांगणाऱ्या व्यक्ती असतात, त्यांना 'पाणाडी' असे म्हणतात. त्यांच्या पद्धती वेगवेगळ्या आहेत. बरेच पाणाडी पाणी किती खोलीवर लागणार, पाण्याच्या प्रवाहाची दिशा आणि जमिनीखालील वेगवेगळे खडकांचे प्रकारसुद्धा सांगतात. ही माहिती प्रत्येक वेळी बरोबर असतेच असे नाही, त्यामुळे शेतकऱ्यांचे नुकसान होऊ शकते. यातील काही पाणाडी तज्ज्ञ असतात. सभोवतालच्या परिस्थितीचे भू-शास्त्रीय अवलोकन करून (ओढे, नाले इ.) तसेच आसपासच्या विहिरींच्या पाण्याच्या पातळीवरून जमिनीतील पाण्याबाबत अंदाज करतात व थोड्या प्रमाणात त्यांचे अंदाज खरेही ठरतात.

२) धातूची बार पद्धत

या पद्धतीत धातूचे बार (गज) अथवा कोणत्याही झाडाच्या ओल्या काड्या दोन हातांत घेऊन, जमिनीला व एकमेकांना समांतर धरून चालतात. हे बार पाणी असलेल्या ठिकाणी एकमेकांकडे वळतात, असा समज आहे. या

तत्त्वाला कोणताही शास्त्रीय आधार नाही, त्यामुळे बऱ्याच ठिकाणी जरी ही पद्धती यशस्वी झाली असा अनुभव आला असला, तरी त्याप्रमाणे वर उल्लेख केलेली शास्त्रीय कारणेच असणार हे निश्चित. बऱ्याच वेळा बार वापरणाऱ्या माणसाच्या चुकीमुळेसुद्धा बार एकमेकांकडे वळू शकतात.

भूजल शोधण्याचे मुख्यत: खालील दोन प्रकार आहेत :

भूपृष्ठाखाली बोअर घेऊन सर्वेक्षण करणे : भूपृष्ठाखाली बोअर घेऊन सर्वेक्षण करण्याच्या पद्धतीत जमिनीखाली १०० ते २०० मीटरपर्यंत (त्या परिसरातील भूजलाच्या उपलब्धतेनुसार) एकमेकांपासून ठराविक अंतरावर चार ते सहा इंच व्यासाची छिद्रे (बोअर) घेण्यात येतात. या छिद्रांमधून विविध खोलीवर आढळलेल्या भूस्तरांचे नमुने गोळा करतात. या नमुन्यांचे पृथक्करण करून त्यांचे विशिष्ट भौतिक गुणधर्म (खडकांचा प्रकार, त्यांची कठीणता, सच्छिद्रता, पाण्याची उपलब्धता, इ.) मिळविण्यात येतात. त्यावरून त्या परिसरात पाण्याची उपलब्धता, त्याची भूपृष्ठापासून खोली इ. बाबींचा अंदाज करता येतो. या पद्धतीचा वापर करून खूप मोठ्या क्षेत्राचे (काही हजार हेक्टर) भूजलाच्या दृष्टीने सर्वेक्षण करणे शक्य होते. ही पद्धत जमिनीवरून केलेल्या सर्वेक्षण पद्धतीपेक्षा जास्त विश्वासार्ह आहे.

जमिनीच्या पृष्ठभागावरून सर्वेक्षण करणे : या पद्धतीने पाणी शोधणे कमी खर्चात, कमी वेळेत आणि जमिनीला छिद्र न पाडता शक्य होते. या पद्धतीमध्ये जमिनीखालील विविध भूस्तर व त्यांतील द्रव पदार्थांच्या विशिष्ट भौतिक गुणधर्मांचा जमिनीवर ठेवलेल्या उपकरणांच्या साह्याने अभ्यास केला जातो. या बरोबरच त्या परिसरातील जमिनीचा उंचसखलपणा, उपलब्ध असलेल्या विहिरी/कूपनलिकांमधील खडकांच्या स्तरांची रचना व त्यातील उन्हाळा व पावसाळ्यातील पाण्याच्या पातळी, नदीनाल्यांची भौगोलिक रचना यांचाही सविस्तर अभ्यास केला जातो. मिळालेल्या माहितीचे अवलोकन व व पृथक्करण केले जाते, हे किती व्यवस्थित व अचूक करण्यात येते यावर या पद्धतीचे यश प्रामुख्याने अवलंबून असते.जमिनीच्या पृष्ठभागावरून भूजल सर्वेक्षण करण्याच्या काही महत्त्वाच्या पद्धती खाली दिल्या आहेत :

३) विद्युत पद्धत:

विद्युत पद्धतीमध्ये विद्युत रोधकता या गुणधर्माचा उपयोग जमिनीखालील विविध स्तरांवरील भिन्नता ओळखण्यासाठी करण्यात येतो. या पद्धतीचा वापर भूजल शोधासाठी मोठ्या प्रमाणात वापरण्यात येते.

विद्युत रोध : विद्युत रोध म्हणजे एखाद्या माध्यमाने त्यातून वाहणाऱ्या विद्युत प्रवाहाला केलेला अवरोध होय. या पद्धतीमध्ये ठराविक विद्युतप्रवाह जमिनीत सोडण्यात येतो आणि या प्रवाहामुळे त्या विशिष्ट स्तरात निर्माण झालेला विद्युत दाबातील फरक (Potential Difference) मोजण्यात येतो. यावरून त्या भूस्तराची विद्युत रोधकता काढण्यात येते. भूस्तरांची विद्युत रोधकता मुख्यतः भूस्तराचा प्रकार, भूस्तरातील भेगा, त्यातील सच्छिद्रता आणि त्यात उपलब्ध पाणी यांवर अवलंबून असते. या पद्धतीचा उपयोग विशेषतः जमिनीखालील विविध स्तरांची खोली आणि जाडी काढणे, पाणी असलेल्या खडकाची जमिनीपासून खोली काढणे, तसेच गोडे व खाऱ्या पाण्याची सीमारेषा निश्चित करणे इ. कामांसाठी करण्यात येतो. या पद्धतीने भूजल शोधण्यासाठी विद्युतरोधकता मापक यंत्र (Resistivity Meter) याचा वापर करण्यात येतो. ही पद्धत भूजलशोधासाठी मोठ्या प्रमाणात वापरण्यात येते.

४) इतर पद्धती:

भूजलाविषयी माहिती मिळण्यासाठी रिमोट सेन्सिंग (Remote Sensing) या पद्धतीचाही अवलंब केला जातो. परंतु यासाठी लागणारी उपकरणे अतिशय खर्चिक असल्यामुळे त्यांचा उपयोग सर्वसामान्य शेतकऱ्यांसाठी आज तरी शक्य नाही.

वर उल्लेख केलेल्या पद्धती शास्त्रीय तत्त्वांवर आधारित आहेत आणि संपूर्ण जगभर भूजल शोधण्यासाठी त्यांचा मोठ्या प्रमाणावर अवलंब केला जातो. या शास्त्रीय पद्धतींचे यशस्वितेचे प्रमाण पारंपरिक पद्धतींपेक्षा जास्त आहे. म्हणून सर्वसामान्य शेतकऱ्यांनी या पद्धतींचा (शास्त्रीय) वापर भूजल शोधण्यासाठी केला तर चुकीची माहिती मिळाल्यामुळे होणारे बरेच मोठे आर्थिक नुकसान ते टाळू शकतील असे वाटते.

आजच्या काळात वरील पद्धतींसह वराहमिहिरांच्या Geo Botanical Prospecting Methodची उपयुक्तता लक्षात येते. कारण वराहमिहिराचे शास्त्र माती, खडकांचे प्रकार, हवामानाचे अंदाज, वारुळे, झाडे, गवताचे प्रकार, वेली, जमिनीचे चढउतार, प्राणी या सर्वांचा सूक्ष्म अभ्यास निरीक्षण व परीक्षण करून तयार झाले आहे. जिज्ञासू अभ्यासकांनी त्यांच्या वारूळ या जलनिदर्शक तत्त्वाचा अभ्यास करावा. त्याच्यावर सखोल व सूक्ष्म संशोधन होणे आवश्यक आहे.

आजची रेझिस्टिव्हिटीची पद्धती व वराहमिहिराची भूवनस्पतीय पद्धती यांचा अभ्यास करून भूमिगत पाणी सांगण्याची गरज आहे. जे प्राचीन विज्ञान आहे, ते नव्या ज्ञानाच्या यंत्रतंत्राच्या निकषांवर पारखून घेऊन त्याचा चिकित्सक अभ्यास करण्याची नितांत गरज आहे. वराहमिहिरांच्या दकार्गल शास्त्राचे सिद्धांत आजच्या आधुनिक शास्त्रीय संशोधन निकषांवर घासणेही महत्त्वाचे ठरेल. शेतकरीबांधवांना विहिरी खणताना खूप आर्थिक नुकसान सहन करावे लागते. कित्येकदा आधुनिक पद्धतींची मर्यादा लक्षात येते व शेवटी कोणतीच फलप्राप्ती होत नाही. अशा वेळी वराहमिहिरांचे हे प्राचीन शास्त्रीय संशोधन व आधुनिक पद्धती यांचा समन्वय साधता आला, तर प्राचीन भारतीय विज्ञान शास्त्राला न्याय दिल्यासारखे होईल.

सोलापूर व उस्मानाबाद भागांतील भूजल संशोधनाचा अनुभव

वराहमिहिराच्या संकल्पनेवर आधारित काही शास्त्रज्ञांच्या मदतीने सोलापूर व उस्मानाबाद जिल्ह्यातील काही ठिकाणी काम केले असता पुढील निष्कर्ष हाती लागले.

वराहमिहिर पद्धतीने सोलापूर व इतर भागात केलेले काम

सोलापूर भागातील श्रीनिवास देशपांडे यांनी वराहमिहिरांच्या जलनीतीचा अभ्यास केला. वराहमिहिराच्या 'दकार्गल'मध्ये दर्शविल्याप्रमाणे त्यांनी निसर्गातील वनस्पती, झाडे-झुडपे, वारुळे, दगड-माती याचा अभ्यास केला व त्यानुसार आपली जलसंशोधन पद्धती कार्यान्वित केली. शिवाय याचा सखोल अभ्यास करून स्वानुभवातून विविध शास्त्रीय उपकरणे तयार केली. यामध्ये ई.ई.एम.आर. (इलेक्ट्रोलिटिक मॅग्नेटिक रिॲक्शन) मीटर, करंट मीटर, हेड फोन्स, जी.ओ. हायड्रोस्ट्रेथाँस्कोप, हँड जनरेटर आदी उपकरणे त्यांनी तयार केली. त्यांची ही पद्धती पूर्णपणे शास्त्रीय असून, पौर्वात्य व पाश्चिमात्य पद्धतीचा एक उत्कृष्ट व यशस्वी व परिणामी फलदायी असा एक संगम आहे. अमेरिकन सेल्फ पोटेंशिअल व ई.आर. पद्धतीची वगैरे काही तत्त्वे यात अंतर्भूत आहेत. त्यांची जलसंशोधन पद्धती भूगर्भ शास्त्र, मृदा भौतिकी विज्ञान, मृदा रसायन शास्त्र, वनस्पती शास्त्र, वनस्पती शरीरक्रिया शास्त्र, मृदा संरक्षण व संवर्धन शास्त्र, वारूळ अभ्यास, राजयोग अभ्यास, पाण्याचे वैज्ञानिक व रासायनिक गुणधर्म अभ्यास, ग्राउंड वॉटर हायड्रॉलॉजी, हैड्रॉस्टॅटिक्स, वॉटर जिऑलॉजी, वॉटर सप्लाय इंजिनिअरिंग, भूगर्भातील परिस्थिती, भूगोल, भूगर्भस्थ पाण्याच्या झऱ्यांचा सूक्ष्म आवाज

अभ्यास, भूगर्भस्थ चुंबकत्व, विद्युतशास्त्र, सूर्य- चंद्रशक्ती, पर्जन्य अभ्यास, भूगर्भ आर्द्रता, भूगर्भस्थ जलदिशा, मृदा तापमान, मृदा रसायन प्रक्रिया अभ्यास, भूवैज्ञानिक शास्त्र, दृगार्गल शास्त्र, सूक्ष्म नादब्रह्मशास्त्र, तारे ग्रह शास्त्र, जल नाडी शास्त्र व पाण्याशी संबंधित शास्त्र व इतर अन्य शास्त्रे यांवर आधारित होती.

श्री. देशपांडे यांच्या मतानुसार जमिनीतील पाणी खालील घटकांचा विचार करून शोधावे लागते. ते घटक व वराहमिहिराच्या जलसंशोधन पद्धतीत आढळणारे घटक यांत खालीलप्रमाणे विशेष साम्य आहे.

सोलापूर व उस्मानाबाद जिल्ह्यात वराहमिहिर पद्धतीने केलेले काम :

डॉ. उदय कुलकर्णी, डॉ. आय.ए. खान व डॉ. अजित वर्तक यांच्या मदतीने रेझिस्टिव्हिटी पद्धतीने पाच ठिकाणांचा (स्पॉट) अभ्यास केला. हे स्पॉट निवडताना खालील गोष्टींचा प्राधान्याने विचार करूनच स्थानांची निवड केली गेली :

- संबंधित परिसरात कोणत्याही तऱ्हेचा मानवी हस्तक्षेप नाही. म्हणजेच तेथे कॅनॉलचे पाणी, धरणाच्या बॅकवॉटरचे पाणी, तलावाचे पाणी, इ. मानवनिर्मित जलसाठे नाहीत.
- संबंधित ठिकाणी असलेल्या विहिरीमध्ये किंवा बोअरला पाण्याचे प्रमाण चांगले आहे.
- संबंधित विहिरीपाशी किंवा बोअरपाशी वराहमिहिराच्या लक्षणांनुसार जलनिर्देशक वारुळे आहेत.

यात सोलापूर जिल्ह्यातील कारंबा-२, कासारवाडी-१, गुरुकुल-येडशी-१ व माणकेश्वर-१ या ठिकाणी Geo Botanical Prospecting Method वापरून संशोधन केले व अनुमाने काढली. डॉ. प्रसाद यांनी केलेले काम, त्यांना प्राप्त झालेले यश व या पद्धतीने काढलेली अनुमाने यांमध्ये खूप साम्य आढळून आले.

कारंबा, सोलापूर येथे कठीण व बेसाल्ट खडकांपासून बनलेली पसरट अशी जमिनीची रचना आहे. या पृष्ठभागावर जी माती आहे, तिला लाल रंगाची चकाकी असून, त्याच्या जवळच तांबड्या मुरमाचे अस्तित्व असलेले दिसून येते. पूर्वेला बोर, तसेच पिंपरणी, पश्चिमेला वारूळ, तर दक्षिणेला औदुंबर इत्यादींचे अस्तित्व; भूअंतर्गत जल ६.८५ मीटरपर्यंत आडव्या दिशेने असल्याचे सूचित झाले. विहिरीची खोली ६० फूट आणि व्यास २२ फूट असल्याचे दिसून येते. या विहिरीतील पाण्यावरील पाच एच.पी. क्षमतेची मोटार सतत दहा तास चालू राहते. २२ एकर लागवडीखालील भूक्षेत्र ती भिजवू शकते. या क्षेत्राचे मालक श्री. तंबाके

यांच्या म्हणण्यानुसार १३ एकर उसाचे, तर उरलेले क्षेत्र हे कांदा व तूर उत्पादन घेण्यासाठी वापरता येते. या विहिरीलासुद्धा ११० फुटांपर्यंत पोचणारे बोअर असून ड्रीलिंग चालू असताना ८० फूट खोलीपर्यंत गेल्यावरच पाणी लागले. आज ही विहीर उन्हाळ्यातसुद्धा पाणी पुरविते.

कारंबा, सोलापूर :

सोलापूरमधील कारंबा गावातील श्री. बहिर्जे यांच्या शेतावरील विहिरीची रचना ही किंचित वेगळी परंतु वराहमिहिराच्या भूवनस्पतीय दर्शकांबरोबर साधर्म्य दाखविणारी आहे. वराहमिहिराच्या भविष्यकालीन अंदाजानुसार भूअंतर्गत पाण्याच्या खोलीवर अवलंबून असणारे गमक (water indicators)आहेत - औदुंबर वृक्षाच्या पश्चिमेस तीन हातांवर अडीच पुरुष खोलीवर पांढरा सर्प व नेत्रांजनासारखा दिसणाऱ्या काळ्या खडकाखाली भरपूर गोडे पाणी असलेली जलशिरा असते.

कारंबा गावातील विहिरीवर असे दिसले, की पाणी कमी असलेल्या भागात (वारूळ असेल किंवा नसेलही) वडाचा वृक्ष असलेल्या भागात चांगले गोड पाणी ५.७१ मीटरपर्यंत खोल, तसेच १.३७ मीटरपर्यंत असलेल्या वडाच्या वृक्षाच्या पश्चिम दिशेला एक जलशिरा सापडली. या भागातील सध्याची रेझिस्टिव्हिटी असे सूचित करते की - पाण्याचा स्तर हा ०.५०९ ते ५.३९ मीटर या भागात आहे. हा अभ्यास वरहमिहिराच्या निरीक्षणाशी साम्य दाखविणारा आहे.

कासारवाडी, सोलापूर :

कासारवाडी भागात असलेली विहीर ही बार्शीमधील नाना काळे यांच्या संस्थेमार्फत चालविल्या जाणाऱ्या 'वेद-विज्ञान आश्रमा'त वास्तव्य करणाऱ्या विद्यार्थ्यांच्या गरजा भागविते. या विहिरीसंदर्भात, तेथील पाणीसाठ्याचा स्तर हा वराहमिहिराने दर्शविल्याप्रमाणे, म्हणजेच जांभळाच्या झाडाच्या पूर्वेला जवळच जर एखादे वारूळ असेल, तर त्याच्या दक्षिण दिशेला दोन पुरुष खोलीवर गोडे पाणी मिळते, असे दिसून येते. या जलनिदर्शकानुसार - 'तेथील जांभूळ वृक्षाच्या पूर्व दिशेला जवळच एक वारूळ असून त्या ठिकाणी ४.५७ मीटर खोलीपर्यंत, तसेच १.३७ मीटर वृक्षाच्या (जांभूळ वृक्षाच्या) दक्षिणेला गोडे पाणी असल्याचे कळते. वराहमिहिराच्या भूजलीय अभ्यासानुसार अशा परिस्थितीत ६.८५ ते ४.७७ मीटर या खोलीदरम्यान पाणी आढळते.

येडशी, उस्मानाबाद :

गुरुकुल येडशी येथे असणारी विहीर ही उंच कडे असलेल्या डेक्कन बेसाल्ट खडकांपासून तयार झाली आहे. या भागातील नावीन्यपूर्ण रचना ही त्या थरांतील अतिशय खोल अशा झऱ्यांच्या रूपात आहे. ही विहीर बाजूला असलेल्या दरीच्या तळाशी असून, त्या विहिरीच्या उजव्या बाजूला बोर आणि जांभूळ हे वृक्ष आहेत. तसेच तेथील जलवायूंचे अस्तित्व असणारा जमिनीचा स्तर (मुरूम किंवा रेगोलिथ) हा जैव-वनस्पतिशास्त्रीय दर्शकांमुळे भूजल साठ्यांसाठी एक आदर्श ठिकाण बनले आहे. वराहमिहिराने दर्शविलेल्या अंदाजानुसार जमिनीच्या ४.५७ मीटर खोलीपर्यंत भूजलाचे अस्तित्व असते. त्यानुसार रेझिस्टिव्हिटी सर्व्हेद्वारा १.३१ ते २.७६ मीटर पर्यंतची खाली पाणी सापडल्याचे दिसून आले.

माणकेश्वर, उस्मानाबाद

माणकेश्वर येथील विहिरीची रचना मध्यम प्रतीची असून, वराहमिहिराच्या दर्शकानुसार या विहिरीच्या उजव्या बाजूला बोर वृक्ष आणि जवळच पुष्कळशी कडुनिंबाची झाडे आहेत. या विहिरीची रचना वराहमिहिराने उल्लेख केलेल्या श्लोकाप्रमाणेच, म्हणजेच ''बोरीच्या झाडाच्या पूर्वेला जर वारूळ असेल, तर त्याच्या पश्चिमेला तीन पुरुष खोलीवर पाणी असते. (त्याचे लक्षण असे) अर्धा पुरुष खोलीवर पांढरा सरडा (किंवा पांढरी साधी पाल) दिसते'' अशी आहे. तसेच भूजल रेझिस्टिव्हिटी सर्व्हेनुसार २.१४ ते ३.९२ मीटर खोलीपर्यंत पाणी मिळते, असे भाकीत केले आहे; तर वराहमिहिराने वर्तविलेल्या अंदाजानुसार ६.८५ मीटर स्तरापर्यंत जमिनीच्या खाली पाणी सापडते.

वरील अभ्यासाकरिता मॉस्को विद्यापीठाद्वारे आरेखित रेझिस्टिव्हिटी सॉफ्टवेअर पॅकेज (ipl 2 win) वापरण्यात आले.

वरील पाहणीचा निष्कर्ष

वरील अभ्यासानंतर असा निष्कर्ष काढण्यात आला की वराहमिहिरांनी सांगितलेल्या जलनिर्देशकांवरून काढलेले आडाखे व शास्त्रीय पद्धतीने केलेल्या तपासणीचे निष्कर्ष यांच्यात बहुतांशी सारखेपणा जाणवतो.

भूजल संशोधकांचा अल्प परिचय

वराहमिहिराच्या कार्यावर अभ्यास करीत असताना देशपातळीवरील अनेक भूजलविषयक शास्त्रज्ञांच्या संशोधनांची, मार्गदर्शनाची मदत मिळाली. आंध्र प्रदेशातील तिरुपती विद्यापीठाच्या भूगर्भ विषयाच्या प्रमुखपदी असलेल्या डॉ. ई. ए. व्ही. प्रसाद यांनी वराहमिहिराच्या पद्धतीने केलेले संशोधन व दीडशे कूपनलिकांना लागलेल्या पाण्याचा संदर्भ मला समजला. त्यानंतर त्यांच्या कार्यावर मी लक्ष केंद्रित केले. बार्शीच्या श्री शिवाजी महाविद्यालयाचे प्राचार्य डॉ. मधुकर फरताडे यांच्या मार्गदर्शनाखाली विद्यापीठ अनुदान निधी अंतर्गत (यू.जी.सी.) Underground water of Varahamihira's या प्रकल्पाची मंजुरी मला मिळाली. २००५ मध्ये या विषयाला मान्यता मिळाली. प्रकल्पामध्ये कासारवाडीच्या वेदविज्ञान आश्रमाचे संचालक नाना काळे, बार्शी येथील कृषितज्ज्ञ वि. ग. राऊळ, पुण्याचे पाणी व्यवस्थापन विषयातील तज्ज्ञ बुधाजीराव मुळीक, डॉ. कल्याण काळे, श्रीमती प्रा. हेमाताई साने, तसेच पुणे येथील वाडिया महाविद्यालयातील तज्ज्ञ डॉ. अजित वर्तक, डॉ. आय. ए. खान, डॉ. उदय कुलकर्णी, तसेच रा. वा. जोशी यांचे सहकार्य व मार्गदर्शन लाभले. डॉ. मनोहर देवकृष्ण पंडित यांचे 'प्राचीन भारतीय जलशास्त्र' व कॅप्टन आनंद बोडस यांनी आचार्य वराहमिहिर यांच्याविषयी लिहिलेल्या पुस्तकांचा अत्यंत उपयोग झाला. या मार्गदर्शकांतील काही संशोधकांच्या कार्याचा थोडक्यात परिचय येथे देणे गरजेचे आहे असे मला वाटते.

डॉ. ई. ए. व्ही. प्रसाद :

डॉ. प्रसाद यांच्या भूजल संशोधन कार्याबाबत यापूर्वीच्या भागांमधून माहिती दिली आहे. डॉ. प्रसाद आज हयात नसले तरी त्यांनी केलेले काम चिरंजीव होऊन राहिले आहे. आंध्र विद्यापीठातून १९६१ मध्ये भूशास्त्र या विषयातून त्यांनी एम.एस्सी. व १९६८ मध्ये पीएच.डी. मिळवली. प्राचीन संस्कृत साहित्यात उपलब्ध असलेल्या माहितीच्या आधारे त्यांनी पर्यावरण भूशास्त्र व जलशास्त्र विषयात संशोधन केले. भारतीय अवकाश संशोधन संस्था (इस्रो) व विद्यापीठ योजना अनुदान (यूजीसी) अंतर्गत दोन प्रमुख प्रकल्पांचे ते प्रमुख संशोधक होते. आपल्या विषयांवर आधारित त्यांनी लेखनही केले. आंध्र प्रदेशातील तिरुपती येथील श्री वेंकटेश्वरा विद्यापीठाच्या भूशास्त्र विभागात ते कार्यरत होते. विविध शोधपत्रिकांमधून त्यांचे ५०हून अधिक शोधनिबंध प्रसिद्ध झाले.

डॉ. आय. ए. खान :

पुण्याच्या फर्ग्युसन महाविद्यालयातून यांनी 'भूशास्त्र' या विषयात पदवी व पदव्युत्तर शिक्षण घेतले. १९८७मध्ये 'जलविज्ञान' या विषयात पीएच.डी. केली. पुण्यातील नौरोसजी वाडिया महाविद्यालयातून भूगर्भशास्त्र विभागाचे प्रमुख म्हणून निवृत्त झाले. भूगर्भशास्त्रज्ञ व पर्यावरणतज्ज्ञ म्हणून ते परिचित आहेत. भूजलाच्या संशोधनाबरोबर महाराष्ट्रभरात सर्वत्र फिरून दोन हज़ारांहून अधिक शेतकऱ्यांसाठी भूजल सर्वेक्षणाद्वारे पाण्याचा शोध त्यांनी घेतला आहे. विद्यापीठ अनुदान योजनेअंतर्गत (यूजीसी) त्यांनी निघोजजवळच्या रांजण खळग्यावर संशोधन केले आहे. विद्यापीठाच्या भूशास्त्र अभ्यास मंडळाचे ते सदस्य आहेत. त्यांचे पाच शोधनिबंध राष्ट्रीय स्तरावरील शोधपत्रिकांमध्ये प्रकाशित झाले आहेत. भूगर्भशास्त्र विषयाच्या इयत्ता अकरावी, बारावी व पदवी वर्गासाठीच्या क्रमिक पुस्तकांचे लेखन व सहलेखन त्यांनी केले आहे. महाराष्ट्र प्रज्ञा शोध (एमटीएस) परीक्षेचे ते समन्वयक आहेत. 'बालभारती, पुणे'तर्फे प्रकाशित इयत्ता अकरावी व बारावीच्या क्रमिक पुस्तकांचे सहलेखक म्हणून ते कार्यरत आहेत.

ई-मेल : driakhan57@gmail.com

डॉ. अजित वामन वर्तक :

पुण्याच्या वाडिया महाविद्यालयातून 'भूशास्त्र' या विषयची पदवी घेतल्यावर व पुणे विद्यापीठातून पदव्युत्तर शिक्षण घेतल्यावर डॉ. वर्तक यांनी 'पुराजीवशास्त्र' या विषयात पीएच.डी. संपादन केली. नौरोसजी वाडिया महाविद्यालयात ३४ वर्षे अध्यापनानंतर ते निवृत्त झाले. भूगर्भशास्त्रज्ञ व पुराजीवशास्त्रज्ञ म्हणून ते सुपरिचित आहेत. शास्त्रीय भूजल सर्वेक्षणाद्वारे महाराष्ट्रातील अनेक ठिकाणी त्यांनी पाण्याचा शोध लावला आहे. जीवाश्म व भूशास्त्रविषयक टपाल तिकिटांचा त्यांचा खासगी संग्रह आहे. या संग्रहाचा उल्लेख लिम्का बुक ऑफ वर्ल्ड रेकॉर्डस्‌मध्ये करण्यात आला आहे. पुणे महानगरपालिकेतर्फे शैक्षणिक व इतर क्षेत्रांतील कामाबाबत त्यांना गौरविण्यात आले आहे. 'इंटरनॅशनल कलेक्टर सोसायटी ऑफ रेअर आयटम्स'तर्फे इनोव्हेशन एक्सलन्स अॅवॉर्ड त्यांना प्रदान करण्यात आला आहे. राष्ट्रीय व आंतरराष्ट्रीय नियतकालिकांत शोधनिबंध, श्रीलंका, थायलंड, कंबोडिया, द. आफ्रिका, जर्मनी, मॉरिशसमध्ये शोधनिबंधांचे त्यांनी वाचन केले आहे. भूगर्भशास्त्र विषयाच्या इयत्ता अकरावी व बारावीच्या क्रमिक पुस्तकांचे ते सहलेखक आहेत.

ई-मेल : vartakajit@yahoo.com

डॉ. उदय दि. कुलकर्णी :

डॉ. उदय कुलकर्णी यांनी पुण्यातील फर्ग्युसन महाविद्यालयात भूशास्त्रातील बी.एस्सी. (१९७८) पुणे विद्यापीठातील एम.एस्सी. (१९८०) व पीएच.डी. (१९८७) संपादन केली आहे. १९८०पासून वाडिया महाविद्यालयात भूशास्त्र विषयाचे अध्यापन केले. भूशास्त्र व पेट्रोलियम टेक्नॉलॉजी विभागांचे प्रमुख म्हणून त्यांनी काम केले. सध्या जळगावमधील मूळजी जेठा महाविद्यालयात प्राचार्य म्हणून ते कार्यरत आहेत. वाडिया महाविद्यालयाने सुरू केलेल्या महाराष्ट्र प्रज्ञाशोध (एम.टी.एस.) व

ग्रॅज्युएट एक्सलन्स एक्झामिनेशन (जी.ई.ई.) या महत्त्वाच्या स्पर्धा परीक्षांचे परीक्षा नियंत्रक म्हणून त्यांचा फार मोलाचा वाटा आहे. वेगवेगळ्या स्तरावरील विद्यार्थ्यांसाठी भूशास्त्र या विषयावरील चार मार्गदर्शक पुस्तकांचे लेखन त्यांनी केले आहे. वाडिया महाविद्यालयात 'सर्वोत्कृष्ट शिक्षक पुरस्कार', पुणे महानगरपालिकेचा 'सर्वोत्कृष्ट शिक्षक पुरस्कार', तसेच राजीव गांधी प्रतिष्ठानतर्फेही त्यांना गौरविण्यात आले आहे. राष्ट्रीय व आंतरराष्ट्रीय स्तरांवरील २९ नियतकालिकांतून नियमितपणे शोधनिबंध प्रसिद्ध. चीन, ऑस्ट्रेलिया व सिंगापूर येथील परिषदांमध्ये त्यांनी त्यांच्या शोधनिबंधांचे सादरीकरण केले आहे. पुणे, मुंबई व भारती विद्यापीठातील भूशास्त्र व पर्यावरणशास्त्राच्या अभ्यास मंडळाचे, पुणे विज्ञान शाखेचे ते सदस्य आहेत. राष्ट्रीय व आंतरराष्ट्रीय साहचर्य मंडळावर तसेच विविध समित्यांवर त्यांची नियुक्ती करण्यात आली आहे.

ई-मेल : drudkulkarni@gmail.com

उपसंहार

आजच्या काळात वराहमिहिरांच्या भूजलसंशोधन पद्धतीची उपयुक्तता

भूगर्भांतर्गत पाण्याचा शोध लावायचा असेल तर त्या प्रदेशाची भौगोलिक रचना, तेथील भूमीचे ज्ञान, मातीचे विविध प्रकार व त्यांचे विश्लेषण, त्या प्रदेशात वाढणाऱ्या किंवा न वाढणाऱ्या हजारो वनस्पती व वृक्ष यांचे सूक्ष्म ज्ञान, खोदकामातील कुशलता इ. अनेक शास्त्रांची आवश्यकता आहे. केवळ एखाद्याच लक्षणावरून आंधळेपणाने पाणी शोधण्यास आरंभ केला तर तो निश्चित निष्फळ होईल. एखाद्या झाडाची फांदी, वाकलेली तार किंवा लंबक अशा तऱ्हेच्या साधनांनी काही वेळेस पाण्याचा शोध लागेलही, पण हे शास्त्रीय प्रयत्न नव्हेत. वराहमिहिरांनी अशा प्रकारचे कोणतेही साधन त्यांच्या ग्रंथात सांगितलेले नाही. त्याचे उपाय व विधाने पूर्णतः वनस्पतीशास्त्र व भूगर्भशास्त्र यांवर आधारलेली व विज्ञानाधिष्ठित आहेत.

पाश्चात्य शास्त्रज्ञांनी 'वॉटर रेझिस्टिव्हिटी मीटर / हायड्रोमीटर' नावाचे यंत्र शोधून काढले आहे. या यंत्रात पृथ्वीच्या विद्युत् व चुंबकीय लहरींचे मापन करून पाणी शोधून काढण्याचे तत्त्व वापरलेले आहे. पण या यंत्रालाही मर्यादा आहेत. त्यात १०० टक्के यश नाही. कारण पाश्चात्यांनी पाणी शोधण्यासाठी जी तत्त्वे व यंत्रे शोधून काढली आहेत, ती त्यांच्या प्रदेशासाठी प्रथम शोधून काढली. त्यांच्या देशातील म्हणजे प्रामुख्याने युरोप व अमेरिका यांमील हवामान अत्यंत थंड असून बारमाही आर्द्रतेची सरासरी ९० टक्के किंवा जास्तही असू शकते. तेथे बाराही महिने बर्फ किंवा पाऊस पडत असतो. याउलट, आपल्याकडे म्हणजे विशेषतः

भारतातील हवामान समशीतोष्ण कटिबंधातील असल्याने फक्त पावसाळ्यात व तेही काही ठिकाणी व काही दिवसच पावसामुळे आर्द्रता ९० टक्के व त्यापेक्षा जास्त असते. इतर ऋतूंमध्ये आर्द्रता अतिशय कमी म्हणजे १५ टक्के ते २० टक्के असते. तसेच, पाऊस नसताना व काही वेळा पावसाळ्यातही आपल्याकडील भूमी अतिशय तप्त व रुक्ष असते. हवामानातील व भूमीच्या संरचनेतील या फरकामुळे पाश्चात्यांची तत्त्वे व यंत्रे आपल्याकडे १०० टक्के लागू पडत नाहीत. त्यामुळे जर आपल्या कटिबंधात पाणी शोधून काढायचे असेल, तर एतद्देशीय भूसंरचना, वनस्पती व हवामान यांवर आधारित तत्त्वे व साधने शोधून काढली पाहिजेत.

विभिन्न प्रदेशांत भूगर्भांतर्गत पाणी शोधून काढण्यासाठी भिन्न पद्धती अवलंबाव्या लागतात. पाश्चात्यांची किंवा पौर्वात्यांचीच पद्धती सत्य आहे, व इतर पद्धती असत्य आहेत, असे मानणे योग्य नाही. सर्व पद्धती उत्तम असू शकतात. आमचे जलशास्त्रज्ञ व भूगर्भशास्त्रज्ञ जर पाश्चात्य व भारतीय कटिबंधातील भूमीचा व हवामानाचा फरक लक्षात ठेवून तारतम्याने पाश्चात्य व भारतीय जलशास्त्र सिद्धांताचा उपयोग करतील, तर त्यांना नक्कीच चांगले यश मिळू शकेल. प्राचीन भारतीय शास्त्रज्ञ 'वराहमिहिरां'च्या सिद्धांताची उपयुक्तता १९८१मध्ये उन्हाळ्यात चित्तुर जिल्ह्यात ज्यावेळी दुष्काळ पडला तेव्हा दिसून आली. त्यावेळी श्री तिरुपतीच्या वेंकटेश्वर विद्यापीठाने इस्रो आणि विद्यापीठ अनुदान मंडळ यांच्या मदतीने एक जलसंशोधन प्रकल्प हाती घेतला. बोअरवेल खोदल्या. एकूण १५० विहिरी खोदल्या व प्रत्येक विहिरीला पाणी लागले. या कामासाठी त्यांनी पाश्चात्य ज्ञानावर भर न देता वराहमिहिरांनी दिलेल्या लक्षणांची मदत घेतली व पाणी शोधून काढले. श्री वेंकटेश्वर विद्यापीठाच्या आवारात विहीर खोदतानादेखील त्यांनी वराहमिहिरांच्या सिद्धांताच्या आधारे घेतला. यावरून आपल्या कटिबंधापुरती तरी वराहमिहिरांची उपयुक्तता मोठी ठरते. 'सायन्स अँड द वेदाज' या पुस्तकात लिहिलेल्या 'ग्राऊंड वॉटर सायन्स - नीड फॉर रिओरिएंटेशन' या लेखात डॉ. इ. व्ही. प्रसाद यांनी वरील हकीगत सांगितली आहे. त्यामध्ये ते म्हणतात, ''या बोअरवेल दररोज २ लाख गॅलन पाणी देतात.'' अशा प्रकारे यशस्वीरीत्या भूगर्भांतर्गत जलसंशोधनासाठी वराहमिहिराच्या सिद्धांताची उत्कृष्टता व कार्यक्षमता निःसंदिग्धपणे सिद्ध झाली आहे.

भूगर्भांतर्गत पाणी शोधणे हा एक बहुशास्त्रीय अभ्यास आहे. यासाठी अनेक शास्त्रांची मदत आपल्याला घ्यावी लागते. अशा पद्धतीच्या अभ्यासातून भूगर्भातील पाणीसाठ्याचा शोध घेण्यात निश्चित यश मिळू शकेल.

संदर्भसूची

* तैत्तिरीय उपनिषद
* श्रीमद्भगवद्गीता, गीता प्रेस, गोरखपूर
* ऋग्वेदसंहिता
* बृहत्संहिता, चौखंबा प्रकाशन
* बृहत्संहिता, मराठी भाषांतर
* भद्रबाहुसंहिता, भारतीय ज्ञानपीठ, काशी, हिंदी भाषानुवाद संहिता, संपादक- नेमीचंद शास्त्री, ज्योतिषाचार्य
* संस्कृत विज्ञान वैभवम्, राष्ट्रीय संस्कृत विद्यापीठ, तिरूपती (आंध्रप्रदेश)
* प्राचीन भारतीय जलशास्त्र, मनोहर देवकृष्ण पंडीत, संस्कृत प्रगत अध्ययन केंद्र, पुणे विद्यापीठ
* ओळख भूशास्त्राची - प्रा. प्र. वि. सोवनी
* जलसंचय आणि भूजल पुनर्भरण : अफार्म प्रकाशन, कार्यकारी संचालक, लेखक : शिरीष तेरखेडकर, अफार्म
* जलचिंतन : डॉ. सुधीर भोंगळे
* भट्टोत्पलविवृति संहिता : डॉ. कृष्णचंद्र द्विवेदी
* संचालकः भूजल सर्वेक्षण आणि विकास यंत्रणा, पुणे, श्री म. मा. सरभूकन यांचा लेख
* चौसष्ट कला व चौदा विद्या यांचे आचार्य वराहमिहिर, लेखक : कै. आनंद बोडस, मुंबई
* Ancient Indian Theories of the Earth Center of Advanced Study in Sanskrit, University of Poona, Pune 1992. Dr. S. R. Murthy, Director (Retd.) Geological Survey of India.
* Varahmihir's Bruhat Samhita, Mr. Ramkrishna Bhat, Motilal Banarasidas, Delhi, Varanasi, Bangalore, Madras, First Edition, Delhi, 1981
* Ground Water in Varahmihir's Bruhat Samhita, Masslit Series, Monographs in Ancient Scientific Sanskrit Literature, EAV Prasad, Department of Geology, Shri Venkateswara University, Tirupati University, Tirupati – 517502, India.

परिशिष्ट १

दकार्गल अध्यायातील झाडांची यादी

संस्कृत नाव	ग्रीक /लॅटीन नाव	मराठी नाव
अंकोल	Alangium decaptalum/salvifolium	अंकोली/पिस्ता/अक्रोड
अर्जून	Terminalia arjuna	अर्जुन / ताम्हन
अंजन	Memecylon umbellatum	काळा शेवगा
अतिबला	Side rhombifolia	वाघाटी
अरिष्ट	Xanthium strumarium	गोखरू /रिठा/ कडुलिंब
अशोक	Sarasa Indica	अशोक
अश्मंतक	Bauhinia tomentosa	आपटा /रानातील चाफा
अश्वकर्ण	Shorea tombusta	राळमदर
आम्र	Mangifera Indica	आंबा
आमलक	Emblic Myrobalan	आवळा
आम्रात/ आम्रातक	Spondias Mangifera	अंबाडी / आमसूल
इंद्रतरू	Wrightia tinctoria	
उशीर	Vetiveriazi zanioides	काळावाळा
उदुंबर	Ficus racemosa	औदुंबर
ककुभ	Lagerstroemia speciosa	अर्जुनसादडा
कण्टकारी/ कण्टकारिका	Solanum xanthocarpus	रिंगिणी / सांवरी
कतक	Strychnos potatorum	रिठा
कदंब	Ancthocephalus Indicus	कदंब
कपित्थ	Feronia elephantum	कवठ
कम्पिल्लक	Mallotus philippinensio	गजगा
करंज	Pongamia Pinnata	करंजीचे झाड
कर्णिकार	Pterospermum acerifolium	पांगारा / मुचकुंद
काकोदुंबर	Ficus hispida	बोरवाडा

कुल	Solanum xanthocarpum	जंगली फूल
कोविदार	Bauhinia variegata	कोरळ/ बहावा/ कांचन
खर्जूर/ खर्जुरी	Phoenix sylvestris	खजुरीचे झाड
गरूडवेगा	Cocculus Hirsutus	
जम्बु	Syzygium Jambos	जांभळाचे झाड
ज्योतिष्मती	Cariospermum halicacabum	मालकांगिणी
ताल	Borassus flabelliformus	ताड
तिंदुक	Diospyros paniculata	तेंदू / टेंभुर्णी
तिलक	Clerodendrum pjlomoides	तिळवा / तीळ
नारिकेल		नारळाचे झाड
विचूल वेतस	Calamus rotang	वेत
निंब	Azadirachta Indica	कडुनिंबाचे झाड
न्यग्रोथ	Ficus benghalensis	वड
परुषक	Grewia asiatica	कपाशी वर्ग
पलाश	Butea monosperema	पळस
पिंडार	Trevia nudiflora	पेंड्री
पिप्पल	Piper longum	पिंपळी
पीलू	Salvadora cleoides	अक्रोड
प्लक्ष	Ficus arnottiana	एक प्रकारचा वड
बदरी/ बदरिका	Ziziphus jujuba	बोरीचे झाड
बिल्व	Aegle marmelos	बेलाचे झाड
भांङ्र्गी	Clerodendrum Subserratum	भांग
मधुक	Cynomentra ramiflora or Bassia Iathifolia	महुवा / मोहाचे झाड
माषपर्णी	Teramnus labiallis	रानउडीद
मौर्वी	Sasseviaria roxburghiana	
रोहितक	Aphanamiaxis polystachya	रक्त रोहिडा

वट	Ficus bengalensis	वड
वरूणक/वरुण	Crataeva nurvala	वायवणी
वाराही/सूकरिका	Tacca aspera	माळकांगोणी
विभीतक	Terminalia beteria	बेहडा / बिब्बा
व्याघ्रपदा	Gymnosporia spinosa	बेहकळी
वेतस्	Calamus rotang	लव्हाळा / पाणकणीस
शमी	rosopis spicigera	शमी
शाक	Tectona grandis	शाक
शिवा	Cinnamomum tamala	
शिरीष	Albizzia lebbeck	शिरस
शिंशप	Dalbergia sissoo	शिसव
शिशुमारी		एक प्रकारची वनस्पती
श्यामा	Echinochloa frumentacca	तुळस / आंबेहळद / पिंपळी
शोणाक	Groxylum indicum	तेटू / दिंडा
सप्तपर्ण	Astonia scholaris	सातवीण
सिंदुबार	Vitex negundo	पांढरी उपळसरी
सुवर्णतरू	Cassia fustula	नागकेशर / पिवळा वाळा
हरिंद्रा	Curcuma longa	दारूहळद

परिशिष्ट २

भूगर्भातील पाणी शोधून काढण्यासाठी मृत्तिकेचे / भूमीचे / मातीचे विविध प्रकार :

१.	अग्निवर्णा -	लाल रंगाची
२.	उष्ट्रवर्णा -	उंटाच्या रंगाची
३.	कपिला -	काळी
४.	कपोता -	कबुतराच्या रंगाची
५.	कृष्णा -	काळी
६.	गर्दभवर्णा -	गाढवाच्या रंगाची
७.	धुम्रा/धूसरा -	धूसर वर्णाची
८.	नीला/नीलोत्पलवर्णा -	निळसर वर्णाची
९.	पांडुरा -	पांढऱ्या रंगाची
१०.	पीता -	पिवळसर
११.	भस्मवर्णा -	भस्माच्या रंगाची
१२.	रक्ता -	लाल रंगाची
१३.	लोहगंधिका -	लोखंडाचा वास असलेली
१४.	ससिकता/सशर्करा -	वालुकामय
१५.	सिता/श्वेता -	पांढरट
१६.	सूर्यवर्णा -	सूर्यासारखी लाल रंगाची
१७.	हरिता -	हिरव्या रंगाची
१८.	हरितालसन्निभा -	

परिशिष्ट ३

भूगर्भातील पाणी शोधून काढण्यासाठी उपरिनिर्दिष्ट चार अध्यायातून सांगितलेले खडकांचे विविध प्रकार-

१.	अंजनवर्णी -	अंजनासाररखा काळ्या रंगाचा
२.	अभ्रवर्णी -	मेघांच्या रंगाचा
३.	उदुंवरफलवर्णी -	उंबराच्या आतील भागासारखा
४.	कपिल -	चित्रविचित्र रंगाचा
५.	कुंकुमवर्णी -	कुंकवासारख्या लालभडक रंगाचा
६.	कुरुविंद -	कुरुंद खडक
७.	कुलुत्थवर्णी -	कुळीथाच्या रंगाचा
८.	गोरसवर्णी -	गोरस - दूध, दुधासारखा पांढरा, संगमरवर?
९.	घृतवर्णी -	तुपाच्या रंगाचा
१०.	चंद्रकिरणसम -	चंद्रकिरणासारखा पांढरा, संगमरवर
११.	ताम्रवर्णी -	तांब्याच्या रंगाचा
१२.		तांबड्या ठिपक्यांनी युक्त
१३.	दुर्दरसमानरूप -	बेडकाच्या रंगाचा
१४.	धूसर -	
१५.	पारावतसान्निभ -	कबुतराच्या रंगाचा
१६.	पिष्टनिभ -	पिठासारखा ठिसूळ
१७.	पुटभेदक -	काळा पाषाण, अभेद्य खडक
१८.	अभ्रमरसन्निभ -	भुंग्याच्या रंगाचा
१९.		मधासारखा
२०.	मरकतपम -	पाचूच्या रंगाचा
२१.	मृद्गवर्णी -	आख्ख्या मुगासारख्या रंगाचा
२२.		रेशमी वस्त्रासारखा
२३.		वैडूर्यमण्यासारखा
२४.	सुवर्णोपम -	सोन्याच्या रंगाचा
२५.	समवल्लीसम -	
२६.	स्फटिकसन्निभ -	स्फटिकासारखा
२७.	हरितालनिभ -	हिरव्या-पिवळ्या रंगाचा

परिशिष्ट ४

प्राणी

भूगर्भातील पाण्याचे निदर्शक असे उपरिनिर्दिष्ट अध्यायातून सांगितलेले प्राणिविशेष

१.	अजगंधक मत्स्य -	बोकडासारखा वास येणारा मासा
२.	अहि/सर्प/दुंडुभ -	पाणथळजागी राहणारे सर्प, गांडुळ
३.	उधई/पांढऱ्या मुंग्या/उपजीका -	उधई
४.	कीट/कीटक -	पाण्याभोवती वावरणारे किडे, डास इ.
५.	कूर्म/कच्छप/कच्छपक -	कासव
६.	गृहगोधिका -	घरातील साधी पाल,
७.	गोधा (पाल, सरडा) -	जंगलातील पाल, घोरपड
८.	नकुल -	मुंगुस
९.	मंडूक -	बेडूक
१०.	मत्स्य -	कोणताही मासा
११.	मूषक -	उंदीर
१२.	रोहितमत्स्य -	एक प्रकारचा मासा
१३.	विश्वंभरक -	एक प्रकारचा विंचू किंवा तत्सदृश प्राणी
१४.	वृश्चिक -	विंचू, इंगळी इ.
१५.	हुडु -	बोकड

परिशिष्ट ५

।। दकार्गलाध्याय ।।

यदि वेतसोऽम्बुरहिते देशे हस्तैस्त्रिभिस्ततः पश्चात् ।
सार्धे पुरुषे तोयं वहति शिरा पश्चिमा तत्र ।।६।।

अर्थ : जर निर्जल प्रदेशात वेताचे बन अगर वृक्ष असतील, तर त्यांच्या पश्चिमेला तीन हातांवर (लांब) व दीड पुरुष खोलीवर (भूपृष्ठाखाली) जलप्रवाह वाहत असतो. त्या ठिकाणी पश्चिम दिशेकडे वाहणारी शिरा असते.

चिह्नमपि चार्धपुरुषे मण्डूकः पाण्डुरोध मृत् पीता।
पुटभेदकश्च तस्मिन् पाषाणे भवति तोयमधः ।।७।।

अर्थ : (वरील ठिकाणी खोदले असता खालील चिन्ह मिळते) - अर्धा पुरुष खोलीवर पांढरा बेडूक आणि पिवळी माती (नंतर मातीचा) थर भेदणारा एक खडक (लागतो), त्या खडकाखाली पाणी असते.

माती, झाडे, वारूळ, खडक, प्राणी, पाण्याची दिशा

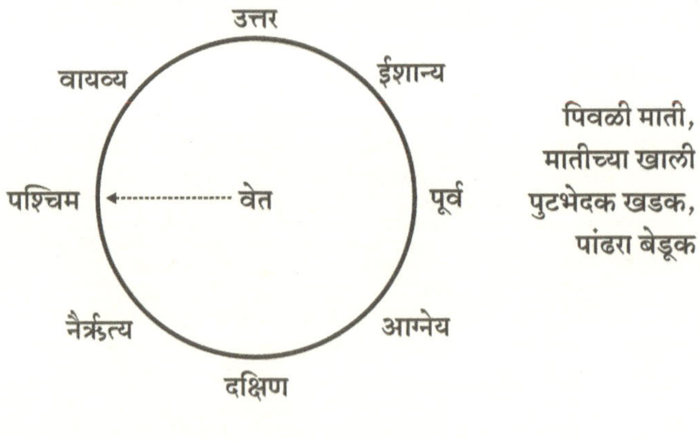

जम्ब्वाश्चोदग् घस्तैस्त्रिभिः शिराधो नरद्वये पूर्वा ।
मृल्लोहगन्धिका पाण्डुरा च पुरुषेऽत्र मण्डूकः ।।८।।

अर्थ : जांभळाच्या झाडाच्या उत्तरेला तीन हातावर (व) दोन पुरुष खोलीवर पूर्वशिरा असते. तेथील माती पांढरी असून तिला लोहाचा वास येतो. तेथून एक पुरुष अंतरावर बेडूक सापडतो.

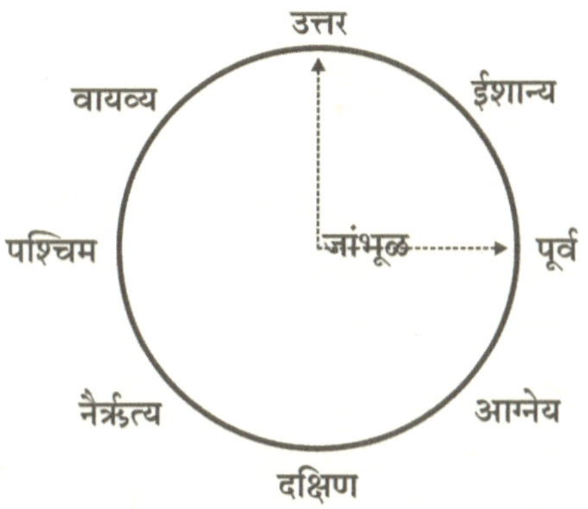

पांढरी माती,
लोहाचा वास,
बेडूक

जम्बूवृक्षस्य प्राग्वल्मीको यदि भवेत् समीपस्थः।
तस्माद् दक्षिण-पार्श्वे सलिलं पुरुषद्वये स्वादु ।।९।।

अर्थ : जांभळाच्या झाडाच्या पूर्वेला जवळच जर एखादे वारुळ असेल, तर त्याच्या दक्षिण दिशेला दोन पुरुष खोलीवर गोडे पाणी मिळते.

अर्धपुरुषे च मत्स्यः पारावतसन्निभश्च पाषाणः ।
मृद्भवति चात्र नीला दीर्घ कालं च बहु तोयम् ।।१०।।

अर्थ : अर्ध्या पुरुष खोलीवर मासा आणि पारव्या रंगाचा पाषाण असून निळ्या-काळ्या रंगाची माती असते. (त्या ठिकाणी) दीर्घकाळ (मिळणारे) भरपूर पाणी असते.

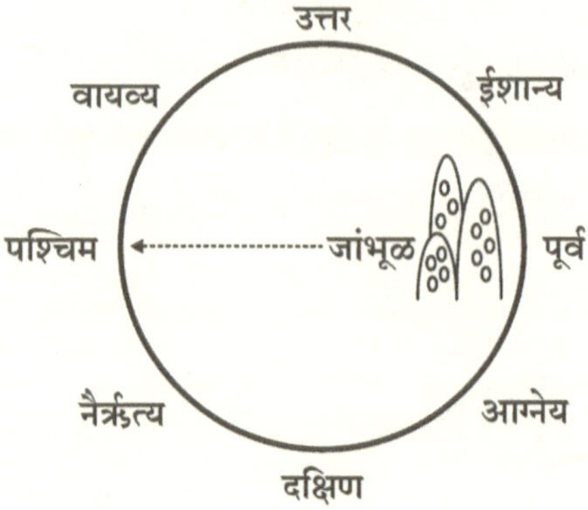

निळ्या-काळ्या रंगाची माती, पारव्या रंगाचा पाषाण, भरपूर पाणी

पश्चादुदुम्बरस्य त्रिभिरेव करैर्नरद्वये सार्धे
पुरुषे सितोऽहिरश्माञ्जनपमोऽधः शिरा सुजला ।।११।।

अर्थ : औदुंबर वृक्षाच्या पश्चिमेस तीन हातांवर अडीच पुरुष खोलीवर पांढरा सर्प व नैत्रांजनासारखा काळा पत्थर सापडतो. त्याखाली भरपूर व गोड पाणी असलेली शिरा असते.

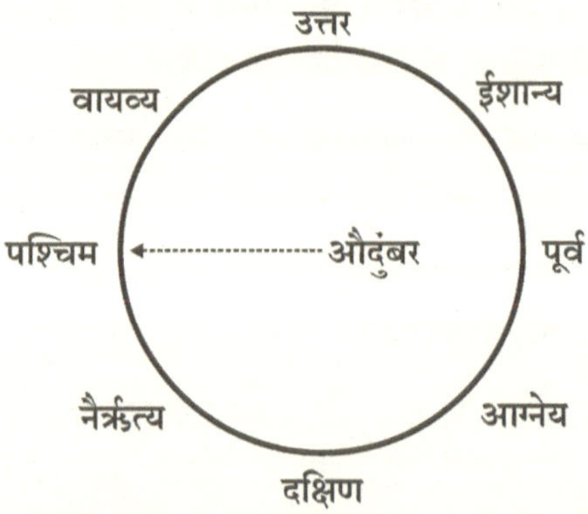

काळा दगड, पांढरा साप, भरपूर गोड पाणी

उदगर्जुनस्य दृश्यो वल्मीको यदि ततोऽर्जुनाद्धस्तै ।
त्रिभिरम्बु भवति पुरुषैस्त्रिभिरर्धसमन्वितैः पश्चात् ।।१२।।

अर्थ : अर्जुन वृक्षाच्या उत्तरेला जर वारुळ असेल तर त्या वृक्षाच्या पश्चिमेला तीन हातांवर व साडेतीन पुरुष खोलीवर -

श्वेता गोधार्धनरे पुरुषे मृद्धूसरा ततः कृष्णा ।
पीता सिता ससिकता ततो जलं निर्दिशेदमितम् ।।१३।।

अर्थ : पांढरा सरडा, (त्यानंतर) दीड पुरुष अंतरावर काळपट, नंतर काळी, पिवळी व पांढरी वालुकायुक्त माती (लागते); (त्या ठिकाणी) प्रभूत जल (आहे) असे सांगावे.

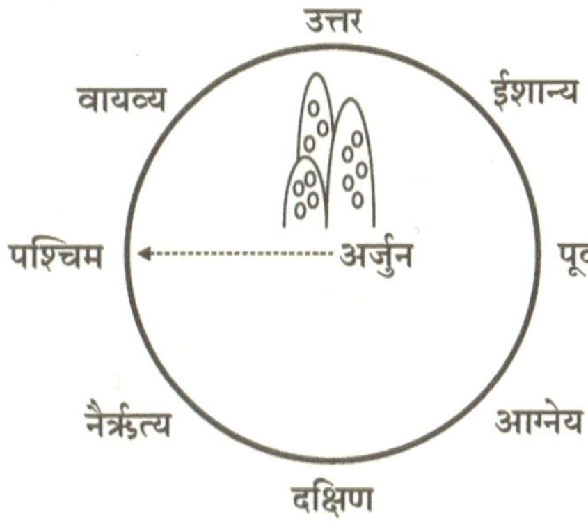

काळपट काळी-
पिवळी माती,
पांढरी वालुकामय
माती, पांढरा सरडा,
भरपूर पाणी

वल्मीकोपचितायां निर्गुण्डयां दक्षिणेन कथितकरैः ।
परुषद्वये सपादे स्वदुजलं भवति चाशोष्यम् ।।१४।।

अर्थ : वारुळाने वेढलेल्या निर्गुडीच्या झाडाच्या दक्षिणेला (वर) सांगितलेल्या (तीन) हातांवर सव्वादोन पुरुष खोलीवर न आटणारे गोड पाणी असते.

रोहितमत्स्योऽर्धनरे मृत् कपिला पाण्डुरा ततः परतः ।
सिकता सर्कराऽथ क्रमेण परतो भवत्यम्भः।।१५।।

अर्थ : (खोदताना) अर्धा पुरुष अंतरावर लाल रंगाचा मासा, नंतर तांबडसर रंगाची माती, त्यापुढे पांढरी बारीक वाळू क्रमाने (मिळतात); त्यापुढे पाणी असते.

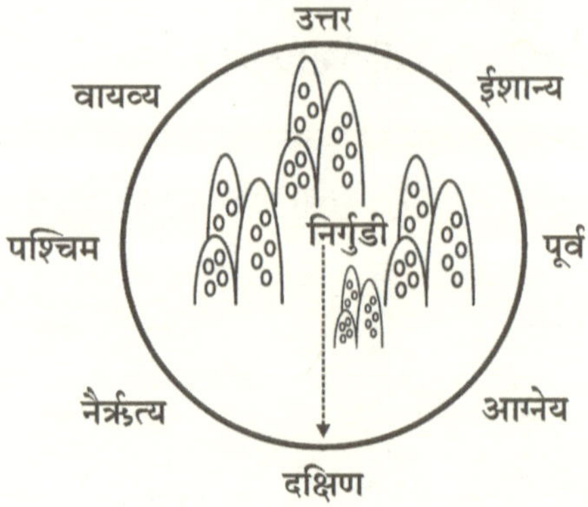

तांबडी माती,
पांढरी बारीक वाळू
गोड पाणी,
रोहित लाल मासा

पूर्वेण यदि बदर्या वल्मीको दृश्यते जलं पश्चात् ।
पुरुषैस्त्रिभिरादेश्यं श्वेता गृहगोधिकार्द्धनरे ।।१६।।

अर्थ : बोरीच्या झाडाच्या पूर्वेला जर वारूळ असेल तर त्याच्या पश्चिमेला तीन पुरुष खोलीवर पाणी असते. (त्याचे लक्षण असे) अर्धा पुरुष खोलीवर पांढरा सरडा (किंवा पांढरी साधी पाल) दिसतो.

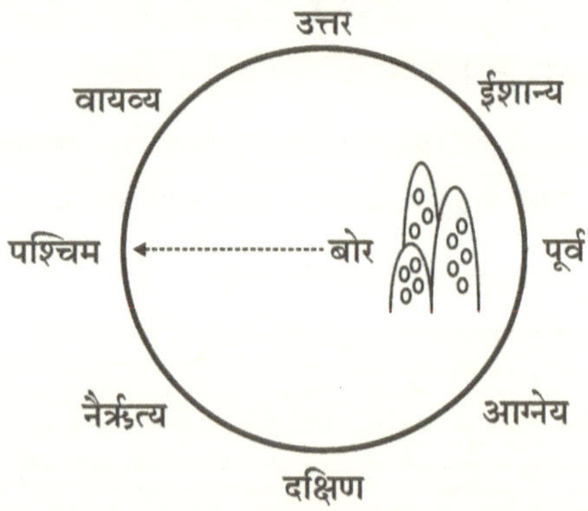

पांढरा सरडा

सपलाशा बदरी चेद्दिश्यपरस्यां ततो जलं भवति ।
पुरुषत्रये सपादे पुरुषेऽत्र दुण्डुभश्चिह्नम् ।।१७।।

अर्थ : जर पाळीव व बोरी यांची झाडे एकत्र किंवा जवळ जवळ असतील तर त्यांच्या पश्चिम दिशेला सव्वातीन पुरुष खोलीवर पाणी असते. त्याचे लक्षण (खोदतांना) एका पुरुष अंतरावर निर्विष पाणसाप सापडतो.

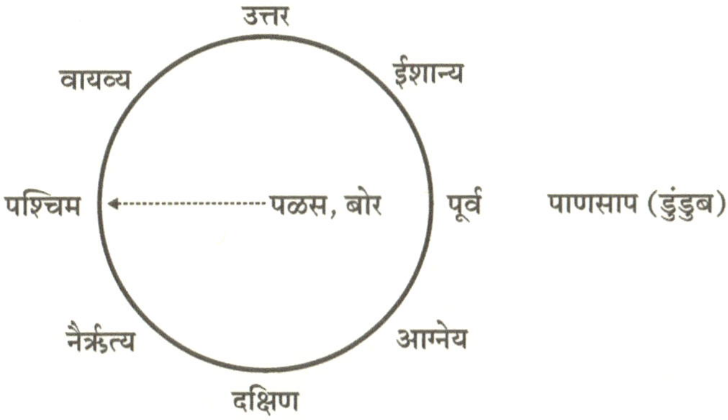

बिल्वोदुम्बरयोगे विहाय हस्तत्रयं तु याम्येन ।
पुरुषैस्त्रिभिरम्बु भवेत् कृष्णोऽर्धनरे च मण्डूकः ।।१८।।

अर्थ : बेल व औदुंबर वृक्ष एकत्र असतील तर त्यांच्या तीन हात दक्षिणेला तीन पुरुष अंतरावर पाणी असेल. त्याचे लक्षण : अर्धा पुरुष अंतरावर काळा बेडूक सापडतो.

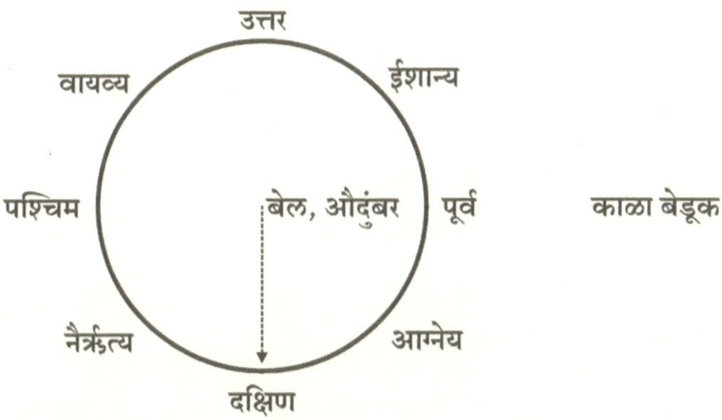

काकोदुम्बरिकायां वल्मीको दृश्यते शिरा तस्मिन् ।
पुरुषत्रये सपादे पश्चिमदिक्स्था वहति सा च ।।१९।।

अर्थ : काकोदुम्बर जवळ वारुळ दिसले तर त्यापासून सव्वातीन पुरुष खोलीवर पश्चिमाभिमुख वाहणारी जलशिरा असते. (त्याची लक्षणे)

आपाण्डुपीतिका मृद् गोरसवर्णश्च भवति पाषाणः ।
पुरुषार्धे कुमुदनिभो दृष्टिपथं मूषको याति ।।२०।।

अर्थ : अर्धा पुरुष अंतरावर किंचित पांढरी-निळसर असी माती लागते. नंतर दुधासारखा शुभ्र पत्थर लागतो. नंतर कुमुदफुलांप्रमाणे पांढरा उंदीर दृष्टीस पडतो.

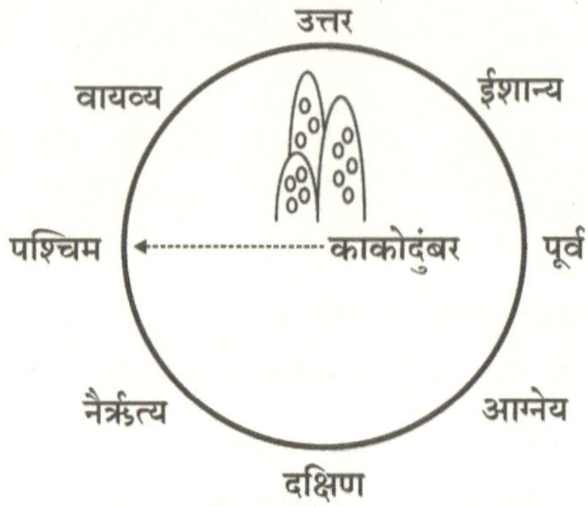

जलपरिहीने देशे वृक्षः कम्पिल्लको यदा दृश्यः ।
प्राच्यां हस्तत्रितये वहति शिरा दक्षिणा प्रथमम् ।।२१।।

अर्थ : निर्जल प्रदेशात जर कम्पिल्लक वृक्ष आढळला तर त्याच्या पूर्वेला तीन हातांवर प्रथम दक्षिणाभिमुख वाहणारी जलशिरा असते.

मृन्नीलोत्पलवर्णा कपोता दृश्यते ततस्तस्मिन् ।
हस्तेऽजगन्धको मत्सकः पयोऽल्पं च सक्षारम् ।।२२।।

अर्थ : काकोदुम्बर वृक्षाच्या जवळ वारूळ दिसले तर त्यापासून सव्वातीन पुरुष खोलीवर पश्चिमाभिमुख वाहणारी जलशिरा असते.

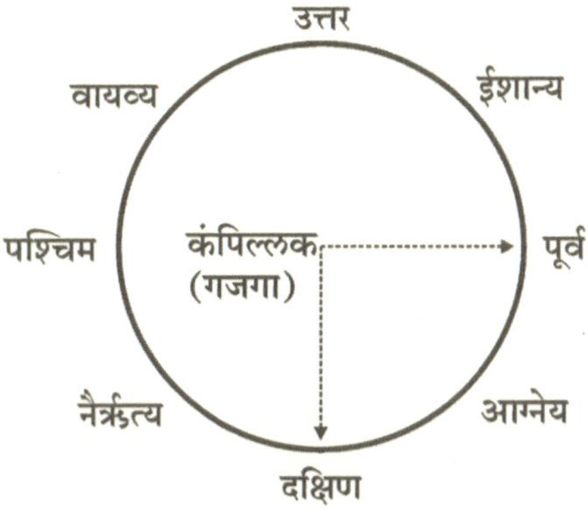

शोणाकतरोरपरोत्तरे शिरा द्वौ करावतिक्रम्य ।
कुमुदा नाम शिरा सा पुरुषत्रयवाहिनी भवति ।।२३।।

अर्थ : शोणाकवृक्षाच्या पश्चिमोत्तर (म्हणजे वायव्य) दिशेला दोन हात अंतरावर कुमुदा नावाची जलशिरा असते. ती तीन पुरुष खोलीवरुन वाहाते.

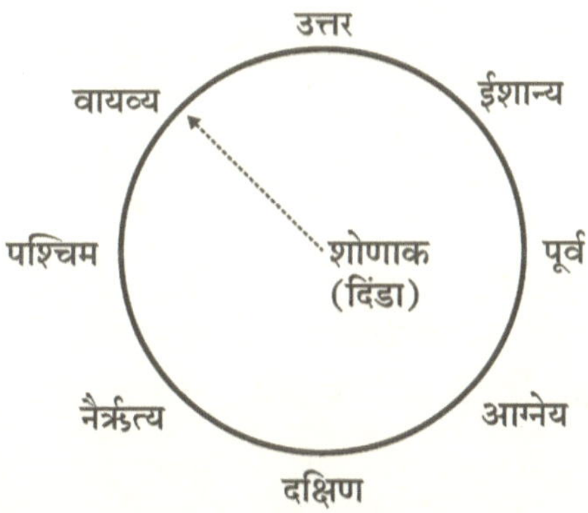

आसन्नो वल्मीको दक्षिणपार्श्वे बिभीतकस्य यदि ।
अध्यर्धे भवति शिरा पुरुषे ज्ञेया दिशि प्राच्याम् ।।२४।।

अर्थ : बिव्याच्या झाडाच्या दक्षिण दिशेला लागून जर वारूळ असेल, तर दीड पुरुष अंतरावर जलशिरा असते व ती पूर्वाभिमुख वाहते.

तस्यैव पश्चिमायां दिशि वल्मीको यदा भवेद् हस्ते ।
तत्रोदेक् भवति शिरा चतुर्भिरर्धाधिकैः पुरुषैः ।।२५।।

अर्थ : त्याच (बिव्याच्या) झाडाच्या पश्चिमेला एक हात अंतरावर वारूळ असल्यास त्याखाली ४।। पुरुष अंतरावर उत्तराभिमुख वाहणारी जलशिरा असते.

श्वेतो विश्वम्भरकः प्रथमे पुरुषे तु कुङ्कुमाभोऽश्मा ।
अपरस्यां दिशि च शिरा नश्यति वर्षत्रयेऽतीते ।।२६।।

अर्थ : कोविदार वृक्षाच्या ईशान्येला कुश गवतामुळे आच्छादिलेले वारूळ असले तर त्या दोघांमध्ये साडेपाच पुरुष खोलीवर प्रभूत जल मिळते. येथे खालील चिन्हे दिसतात.

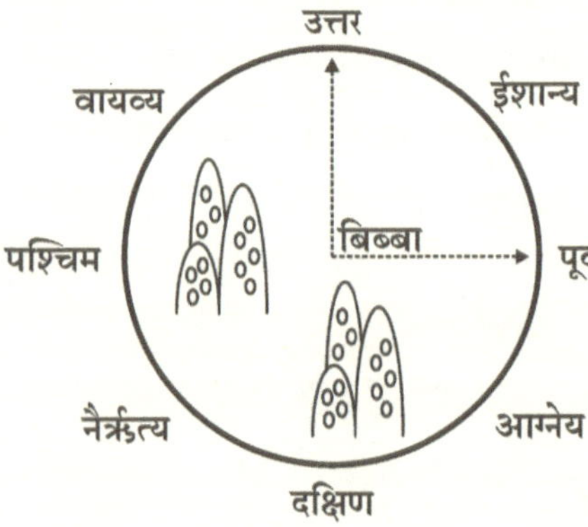

कुंकवासारखा पाषाण, पांढरा मातीसर्प

सकुशासित ऐशान्यां वल्मीको यत्र कोविदारस्य ।
मध्ये तयार्नैररतर्धपञ्चमैस्तोयमक्षोभ्यम् ।।२७।।

अर्थ : कोविदार वृक्षाच्या ईशान्येला कुश गवतामुळे आच्छादिलेले वारूळ असले तर त्या दोघांमध्ये साडेपाच पुरुष खोलीवर प्रभूत जल मिळते. येथे खालील चिन्हे दिसतात.

प्रथमे पुरुषे भुजगः कमलोदरसन्निभो मही रक्ता ।
कुरुविन्दः पाषाणश्चिह्नान्येतानि वाच्यानि ।।२८।।

अर्थ : एक पुरुष खोलीवर पांढराशुभ्र सर्प व लाल जमीन लागते. त्यानंतर (कुरुविंद प्रकारचा खडक) लागतो. ही चिन्ह सांगावीत.

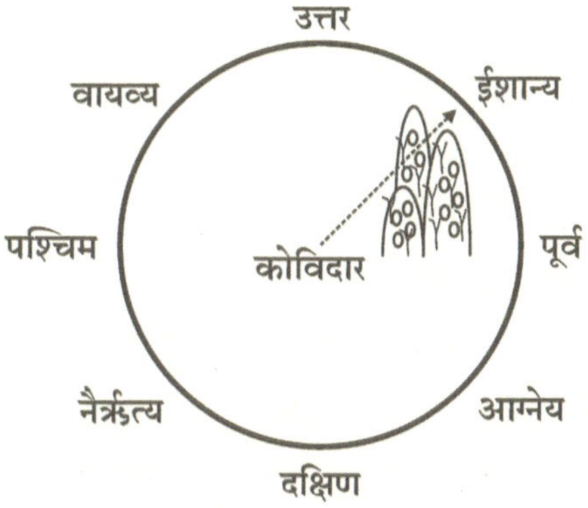

लाल जमीन,
कुरुविंद खडक,
पांढरा सर्प

यदि भवति सप्तपर्णो वल्मीवृतस्तदुत्तरे तोयम् ।
वाच्यं पुरुषैः पञ्चभिरत्रापि भवन्ति चिह्नानि ।।२९।।

अर्थ : वारुळाने वेढलेल्या सप्तपर्ण वृक्षाच्या उत्तरेला पाच पुरुष खोलीवर पाणी मिळते. तेथे खालील लक्षणे असतात.

पुरुषार्धे मण्डूकः हरितो हरितालसन्निभा भूश्च ।
पाषाणोऽभ्रनिकाशः सौम्या च शिरा शुभाम्बुवहा ।।३०।।

अर्थ : वारुळाने वेढलेल्या सप्तपर्ण वृक्षाच्या उत्तरेला पाच पुरुष खोलीवर पाणी मिळते. तेथे खालील लक्षणे असतात.

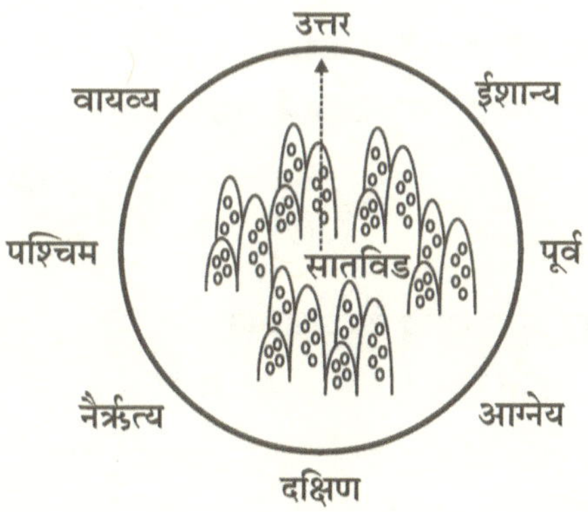

हळदीसारखी
माती, काळा
पाषाण,
हिरवा बेडूक

यद्यपि निलयो दृश्यः दक्षिणतः संस्थितः करञ्जस्य ।
हस्तद्वये तु याम्ये पुरुषत्रितये शिरा सार्धे ।।३३।।

अर्थ : करंजीच्या झाडाच्या दक्षिणेला जर सर्पगृह म्हणजे वारूळ असेल तर त्यापासून दोन हातांवर ३।। पुरुष खोलीवर जलशिरा सापडते.

कच्छपकः पुरुषार्धे प्रथमं चोद्भिद्यते शिरा पूर्वा ।
उद्गन्या स्वादुजला हरितोश्माधस्ततस्तोयम् ।।३४।।

अर्थ : अर्ध्या पुरुष खोलीवर कासव सापडते. नंतर पूर्वाभिमुख वाहणारी जलशिरा असते. पुढे उत्तराभिमुख जाणारी गोड पाण्याची शिरा लागते. नंतर हिरवा खडक लागून मग पाणी लागते.

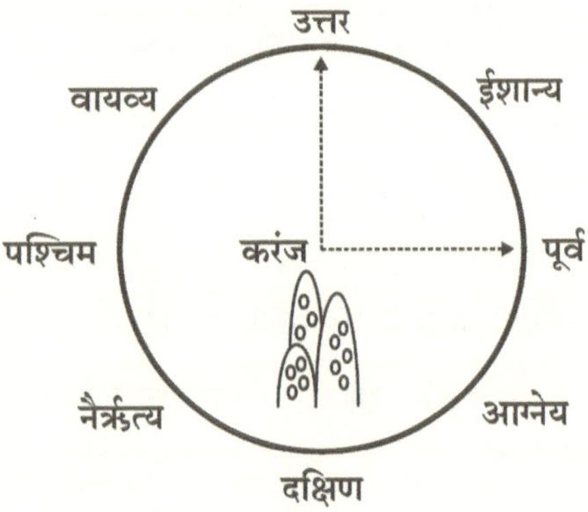

हिरवा खडक,
कासव

उत्तरश्च मधूकादहिनिलयः पश्चिमे तरोस्तोयम् ।
परिहृत्य पञ्च हस्तानर्धाष्टमपौरुषान् प्रथमम् ।।३५।।

अर्थ : महुवृक्षाच्या उत्तरेला वारुळ असले तर पश्चिमेला पाच हात सोडून ८।। पुरुष खोलीवर पाणी लागते.

अहिराजः पुरुषेऽस्मिन् धूम्रा धात्री कुलुत्थवर्णोऽश्मा ।
माहेन्द्री भवति शिरा वहति सफेनं सदा तोयम् ।।३६।।

अर्थ : एका पुरुषावर सर्प, धुरकट माती व कुळीथाच्या रंगाचा पाषाण लागतो. नंतर पूर्वाभिमुख वाहाणारी जलशिरा लागते. तिच्यात नेहमी खळाळणारे फेसयुक्त पाणी असते.

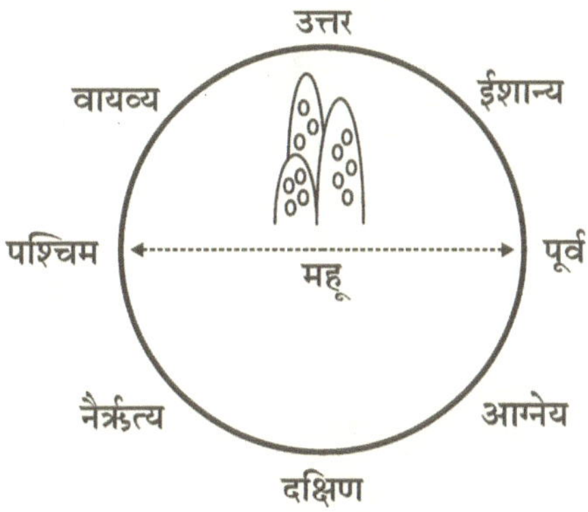

धुरकट रंगाची
माती, कुळिथाच्या
रंगाचा दगड,
साप, खळाळणारे
फेसयुक्त पाणी

वल्मीकः स्निग्धो दक्षिणेन तिलकस्य सकुशदूर्वश्चेत् ।
पुरुषैः पञ्चभिरम्भो दिशि वारुण्यां शिरा पूर्वा ।।३७।।

अर्थ : एका पुरुषावर सर्प, धुरकट माती व कुळीथाच्या रंगाचा पाषाण लागतो. नंतर पूर्वाभिमुख वाहाणारी जलशिरा लागते. तिच्यात नेहमी खळाळणारे फेसयुक्त पाणी असते.

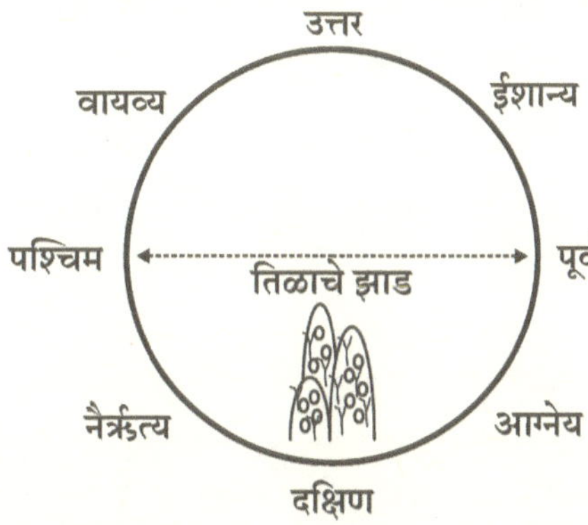

सर्पावासः पश्चाद् यदा कदम्बस्य दक्षिणेन जलम् ।
परतो हस्तत्रितयात् षड्भिः पुरुषैस्तुरीयोनैः ।।३८।।

अर्थ : कदंबवृक्षाच्या पश्चिमेला वारुळ असेल तर त्याच्या दक्षिणेला तीन हातांवर ५।। पुरुष खोलीवर पाणी असते.

कौबेरी चात्र शिरा वहति जलं लोहगन्धि चाक्षोभ्यम् ।
कनकनिभो मण्डूको नरमात्रे मृत्तिका पीता ।।३९।।

अर्थ : एक पुरुष खोलीवर सुवर्णासारखा पिवळा बेडूक व पिवळी माती असून खाली लोहाचा वास व भरपूर पाणी असलेली उत्तराभिमुख जलशिरा वाहत असते.

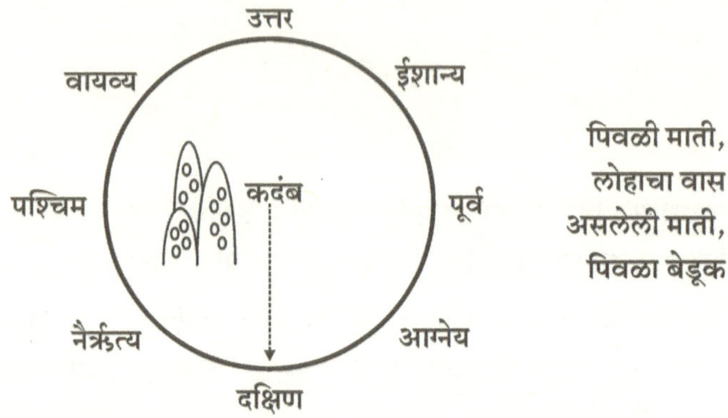

वल्मीकसंवृतो यदि तालो वा भवति नालिकेरो वा ।
पश्चात् षड्भिर्हस्तैर्नरैश्चतुर्भिःशिरा याम्या ।।४०।।

अर्थ : जर ताड किंवा नारळाच्या झाडाभोवती वारूळ असेल तर त्याच्या पश्चिमेला ६ हातांवर व ४ पुरुष खोलीवर दक्षिणवाहिनी जलशिरा असते.

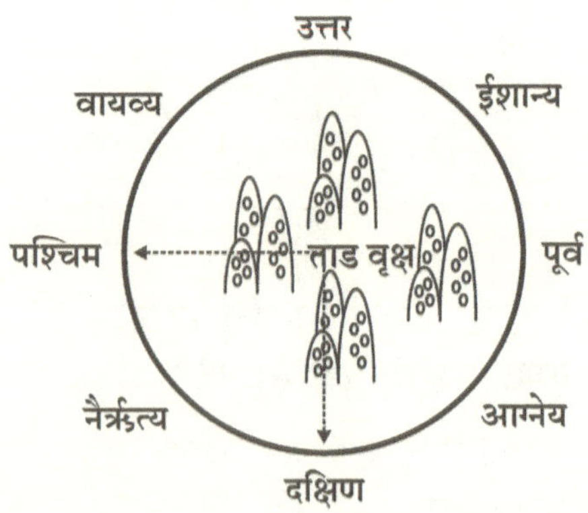

याम्येन कपित्थस्याहिसंश्चयेश्चेदुदग्जलं वाच्यम् ।
सप्त परित्यज्य करान् खात्वा पुरुषान् जलं पञ्च ।।४१।।

अर्थ : कपित्थ वृक्षाच्या दक्षिणेला वारूळ असेल तर त्याच्या उत्तरेला सात हात सोडून पाच पुरुष अंतर खोदावे. म्हणजे पाणी लागते. (त्याची लक्षणे)

कर्बुरकोऽहिः पुरुषे कृष्णा मृत् पुटभिदपि च पाषाणः ।
श्वेता मृत् पश्चिमतः शिरा ततश्चोत्तरा भवति ।।४२।।

अर्थ : एक पुरुष अंतरावर चित्रविचित्र ठिपक्यांचा सर्प, काळी माती, पुटे असलेला पाषाण, पश्चिमेला पांढरी माती लागून पुढे उत्तरवाहिनी जलशिरा असते.

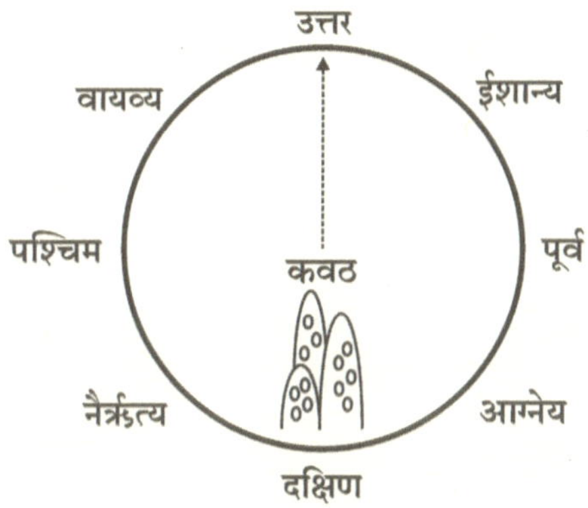

काळी माती,
पुट भेदक पाषाण,
पांढरी माती,
ठिपक्यांच्या सर्प

अश्मन्तकस्य वामे बदरी वा दृश्यतेऽहिनिलयो वा ।
षड्भिरुदक् तस्य करैः सार्धे पुरुषत्रये तोयम् ।।४३।।

अर्थ : अश्मंतक वृक्षाच्या डावीकडे (म्हणजे पश्चिमेला) बोरी किंवा वारूळ असेल तर उत्तरेला ६ हातांवर ३।। पुरुषांवर पाणी लागते (त्याची लक्षणे)

कूर्मः प्रथमे पाषाणो धूसरः ससिकता मृत् ।
आदौ च शिरा याम्या पूर्वोत्तरतो द्वितीया च ।।४४।।

अर्थ : एक पुरुष अंतरावर कासव, धुरासारख्या रंगाचा पाषाण व वाळूयुक्त माती असून प्रथम दक्षिणवाहिनी व नंतर दुसरी पूर्वोत्तरवाहिनी म्हणजे ईशान्यवाहिनी जलशिरा मिळते.

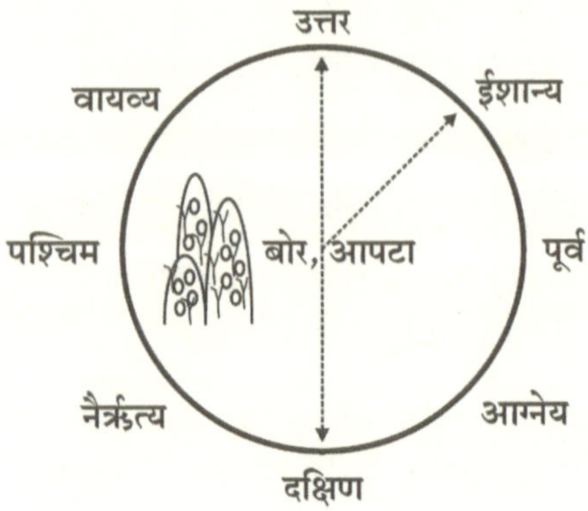

धुरासारखा पाषाण, वाळूयुक्त माती, कासव

वामेन हरिद्रतरोर्वल्मीकश्चेज्जलं भवति पूर्वे ।
हस्तत्रितये सत्र्यंशैः पम्भिः पञ्चभिर्भवति ।।४५।।

अर्थ : हळदीच्या झाडाच्या डाव्या बाजूला वारूळ असेल तर पूर्वेला ३ हातांवर ५।।। पुरुष खोलीवर पाणी असते.

नीलो भुजगः पुरुषे मृत् पीता मरकतोपमश्चाश्मा ।
कृष्णा भूः प्रथमं वारुणी शिरा दक्षिणेनान्या ।।४६।।

अर्थ : एक पुरुष अंतरावर निळा (काळा) भुजंग, पिवळी माती आणि पाचूच्या रंगाचा खडक दिसतो. नंतर काळी माती लागून प्रथम पश्चिमवाहिनी आणि त्याच्या दक्षिणेला दुसरी जलशिरा लागते. (किंवा एक पश्चिमवाहिनी व दुसरी दक्षिणवाहिनी जलशिरा लागते.)

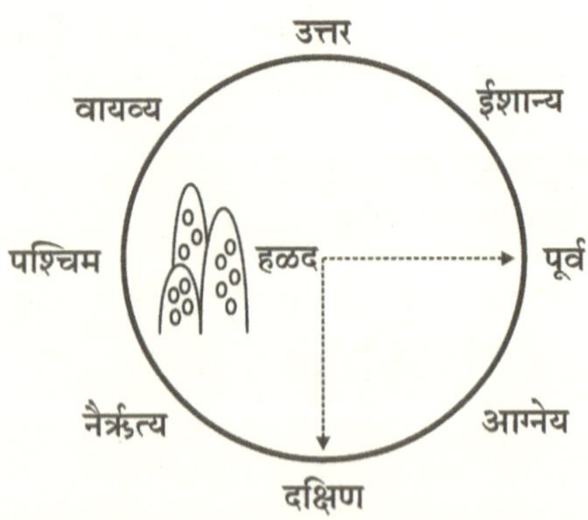

पिवळी माती, पाचूच्या रंगाचा खडक, नंतर काळी माती, काळा सर्प

खर्जूरी द्विशिरस्का यत्र भवेज्जलविवर्जिते देशे ।
तस्याः पश्चिमभागे निर्देश्यं त्रिपुरुषैर्वारि ।।५८।।

अर्थ : ज्या निर्जल ठिकाणी दोन शिरे असलेले खजुराचे झाड असेल, त्याच्या पश्चिमेला तीन पुरुष खोलीवर पाणी असावे.

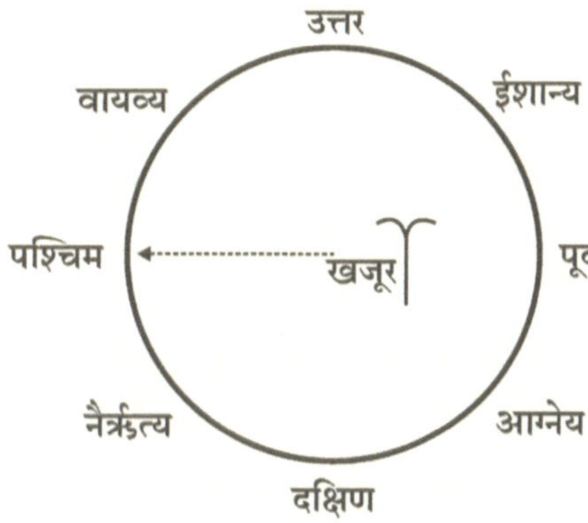

पूर्वोत्तरण पीलार्यदि वल्मीको जलं भवति पश्चात् ।
उत्तरगमनाच शिरा विज्ञेया पञ्चभिः पुरुषैः ।।६३।।

अर्थ : पीलू वृक्षाच्या पूर्वोत्तर म्हणजे ईशान्य दिशेला जर वारूळ असेल तर पश्चिमेला पाच पुरुष (भूगर्भाखाली) उत्तरवाहिनी जलशिरा असते. (त्याची लक्षणे)

चिह्नं दुर्दर आदौ मृत् कपिला तत्परं भवेद् हरिता ।
भवति च पुरुषोऽधोऽश्मा तस्य तलेऽम्भो विनिर्देश्यम् ।।६४।।

अर्थ : प्रथम चिह्न म्हणजे बेडूक, तांबडी माती व नंतर पिवळी माती, त्यानंतर एक पुरुष खाली खडक. नंतर पाणी (लागेल, असे) असावे.

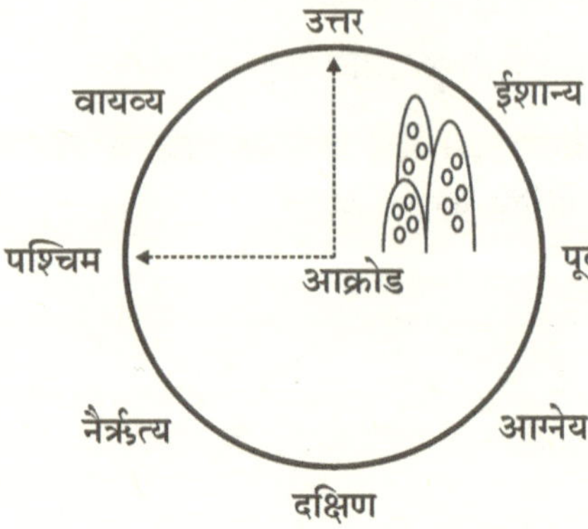

तांबडी माती,
पिवळी माती,
खडक, पाणी,
बेडूक

पीलोरेव प्राच्यां वल्मीकोऽतोऽर्ध पञ्चमैर्हस्तौ ।
दिशि याम्यायां तोयं वक्तव्यं सप्तभिः पुरुषैः ।।६५।।

अर्थ : पीलूवृक्षाच्या पूर्वेला वारूळ असेल तर ५।। हातांवर दक्षिण दिशेला सात पुरुष खोलीवर पाणी असावे. (त्याची लक्षणे)

प्रथमे पुरुषे भुजगः सितासितो हस्तमात्रमूर्तिश्च ।
दक्षिणतो वहति शिरा सक्षारं भूरि पानीयम् ।।६६।।

अर्थ : एक पुरुष अंतरावर हातभर लांबीचा काळा-पांढरा असा सर्प दिसतो. त्याच्या दक्षिणेला जलशिरा वाहते. पाणी पुष्कळ पण क्षारयुक्त (म्हणजे खारट, मचूळ) असते.

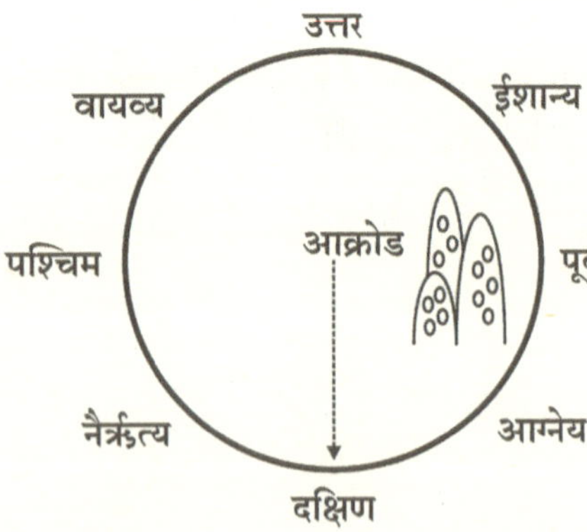

काळा सर्प,
विपुल पाणी
पण खारट

उत्तरतश्च करीरस्याहिगृहं दक्षिणे जलं स्वादु ।
दशभिः पुरुषैर्ज्ञेयं पुरुषे पीतोऽत्र मण्डूकः ।।६७।।

अर्थ : करीरवृक्षाच्या उत्तरेला वारूळ असल्यास दक्षिणेला दहा पुरुष खोलीवर गोडे पाणी जाणावे. एका पुरुष अंतरावर पिवळा बेडूक असतो.

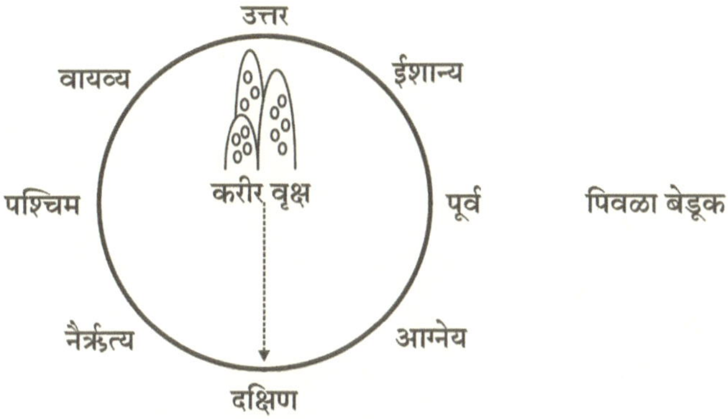

रोहितकस्य पश्चदहिवासश्चेत्त्रिभिः करैर्याम्ये ।
द्वादश पुरुषान् खात्वा सक्षारा पश्चिमेन शिरा ।।६८।।

अर्थ : रोहितवृक्षाच्या पश्चिमेला वारूळ असल्यास दक्षिणेकडे ३ हातांवर १२ पुरुष खोदल्यावर पश्चिमवाहिनी क्षारयुक्त पाण्याची शिरा मिळते.

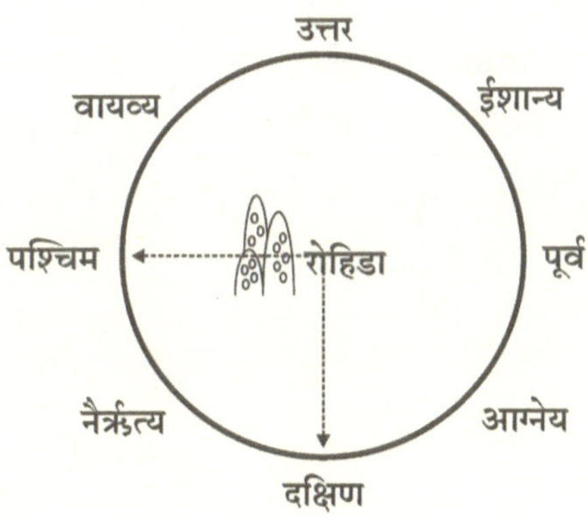

इन्द्रतरोवल्मीकः प्राग्दृश्यः पश्चिमे शिरा हस्ते ।
खात्वा चतुर्दशनरान् कपिला गोधा नरे प्रथमे ।।६९।।

अर्थ : इंद्रवृक्ष म्हणजे अर्जुनवृक्षाच्या पूर्वेला वारूळ असल्यास पश्चिमेला एक हात अंतरावर १४ पुरुष खोल खणल्यानंतर (पाणी) लागते. प्रथम एक पुरुष अंतरावर तांबडी पाल दिसते.

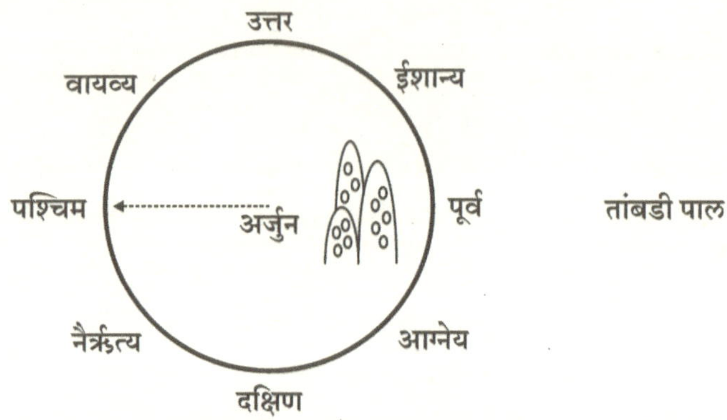

यदि वा सुवर्णनाम्नस्तरोर्भवेद् वामतो भुजङ्गगृहम् ।
हस्तद्वये तु याम्ये पञ्चदशनरावसानेऽम्बु ।।७०।।

अर्थ : जर सुवर्णवृक्ष म्हणजे धोतऱ्याचे झाडाच्या डाव्या बाजूला वारूळ असेल तर दक्षिणेला दोन हातांवर १५ पुरुष खोलीवर पाणी लागेत. (त्याची लक्षणे)

क्षारं पयोऽत्र नकुलोऽर्धमानवे ताम्रसन्निभश्चाश्मा ।
रक्ता च भवति वसुधा वहति शिरा दक्षिणा तत्र ।।७१।।

अर्थ : पाणी क्षारयुक्त असते. अर्ध्या पुरुष अंतरावर मुंगूस व तांब्यासारख्या रंगाचा खडक लागतो. भूमी (माती) तांबडी असते. तेथे जलशिरा दक्षिणवाहिनी असते.

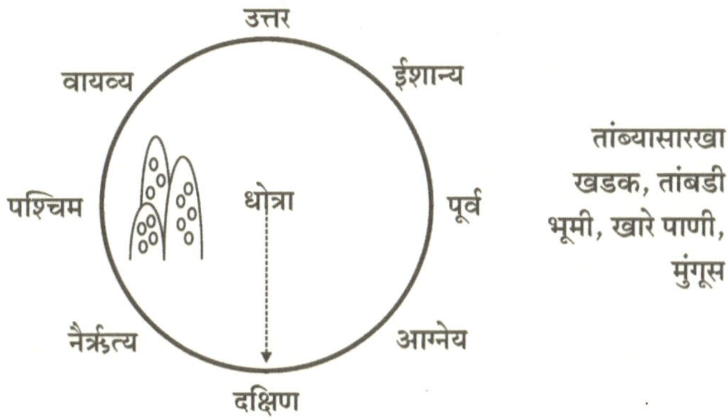

बदरीरोहितवृक्षौ सम्पृक्तौ चेद् विनापि वल्मीकम् ।
हस्तत्रयेऽम्बु पश्चात् षोडशभिर्मानवैर्भवति ।।७२।।

अर्थ : बोरी आणि रोहित यांची झाडे एकत्र असली तर (म्हणजे एकमेकांत वाढली असली तर) वारूळ नसले तरी तीन हातांच्या अंतरावर सोळा पुरुष खोलीवर पश्चिमेला पाणी लागते. (त्याची लक्षणे)

सुरसं जलमादौ दक्षिणा शिरा वहति चोत्तरेणान्या ।
पिष्ठनिभः पाषाणो मृत् श्वेता वृश्चिकोऽर्धनरे ।।७३।।

अर्थ : त्या ठिकाणी मधुर पाणी लागते. प्रथम दक्षिणवाहिनी आणि नंतर उत्तरवाहिनी जलशिरा लागते. तेथील पाषाण पिठासारखा शुभ्र व माती पांढऱ्या रंगाची असून अर्धा पुरुष अंतरावर विंचू असतो.

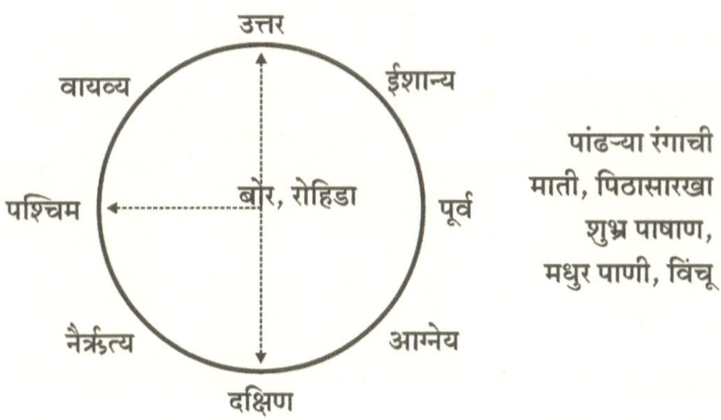

पीलुसमेता बदरी हस्तत्रयसम्भिते दिशि प्राच्याम् ।
विंशत्यापुरुषाणामशोष्यमम्भोऽत्र सक्षारम् ।।७५।।

अर्थ : पीलुवृक्ष व बोरी जवळजवळ असल्यास त्यांच्या पूर्वेला तीन हात अंतरावर वीस पुरुष खोलीवर पाणी मिळते. ते कधीही न आटणारे, पण क्षारयुक्त असते.

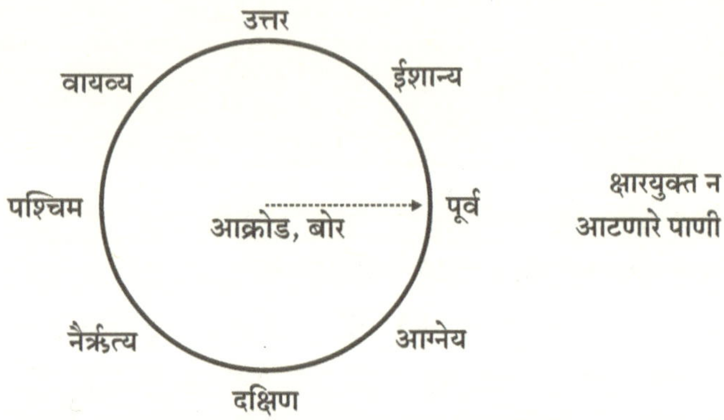

ककुभकरीरावेकत्र संयुतौ यत्र ककुभबिल्वौ वा ।
हस्तद्वयेऽम्बु पश्चान्नरैर्भवेत् पञ्चविंशत्या ।।७६।।

अर्थ : ककुभ आणि बोरी किंवा ककुभ व वेलवृक्ष एकत्र असल्यास त्यांच्या पश्चिमेला दोन हात अंतरावर आणि २५ पुरुष खोलीवर पाणी मिळते.

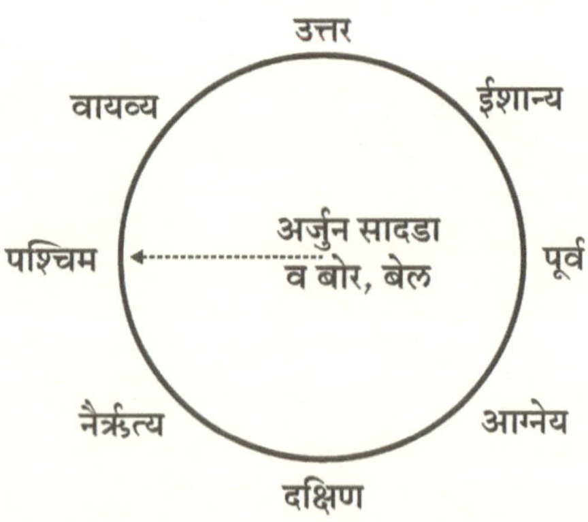

भूमिः कदम्बुयुता वल्मीके यत्र दृश्यते दूर्वा ।
हस्तद्वयेन याम्ये नरैर्जलं पञ्चविंशत्या ।।७८।।

अर्थ : ज्या भूमीवर कदम्बवृक्ष असून वारुळावर दूर्वा दिसतील तेथे दक्षिण दिशेला दोन हात अंतरावर व २५ पुरुष खोल पाणी लागेल.

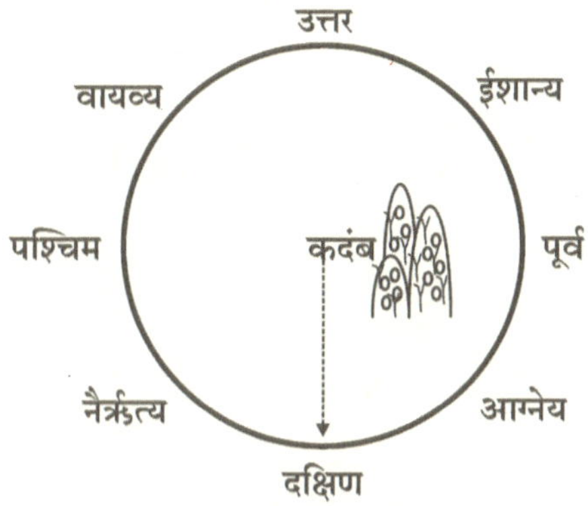

ग्रन्थिप्रचुरा यास्मिन् शमी भवेदुत्तरेण वल्मीकः ।
पश्चात् पञ्चकारन्ते शतार्धसंख्यैनरैः सलिलम् ।।८१।।

अर्थ : ज्या ठिकाणी अनेक गाठी असलेला शमावृक्ष व त्याच्या उत्तरेला वारूळ असेल त्या ठिकाणी पश्चिम दिशेला पाच हात अंतरावर ५० पुरुष खोलीवर पाणी असते.

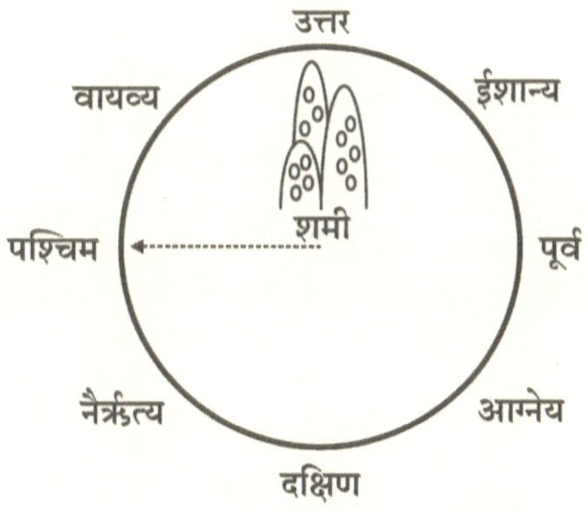

**सपलाशा यत्र शमी पश्चिमभागेऽम्बु मानवैः षष्ट्या ।
अर्धनरेऽहिः प्रथमं सवालुका पीतमृत्परतः ।।८३।।**

अर्थ : ज्या ठिकाणी पलाशवृक्ष व शमीवृक्ष एकत्र असतील त्या ठिकाणच्या पश्चिम दिशेला ६० पुरुषांवर पाणी लागते. प्रथम खोलीवर सर्प लागतो आणि पुढे पिवळी माती लागते.

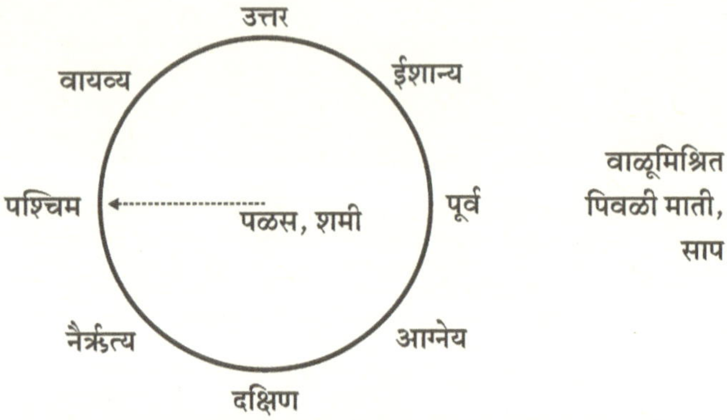

**वल्मीकेन परिवृतः श्वेतो रोहीतको भवेद् यस्मिन् ।
पूर्वेण हस्तमात्रे सप्तत्या मानवैरम्बु ।।८४।।**

अर्थ : ज्या ठिकाणी पांढरा रोहीतक वृक्ष वारुळाने वेढलेला असेल, त्या ठिकाणी पूर्व दिशेला एका हातावर ७० पुरुष खोलीवर पाणी मिळते

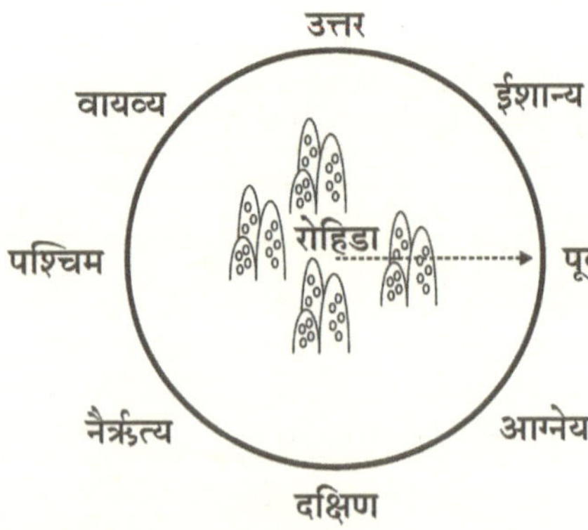

न्यग्रोधपलाशोदुम्बरैः समेतैस्त्रिभिर्जलं तद्धः ।
वट पिप्पलसमवाये तद्वद् वाच्यं शिरा चोदक् ।।९६।।

अर्थ : वड, पलाश आणि औदुंबर हे तीन वृक्ष किंवा वड व पिंपळ हे दोन वृक्ष जर एकत्र (वाढले) असतील तर त्यांच्याखाली ३ पुरुषांवर शिरा असून ती उत्तरवाहिनी असते.

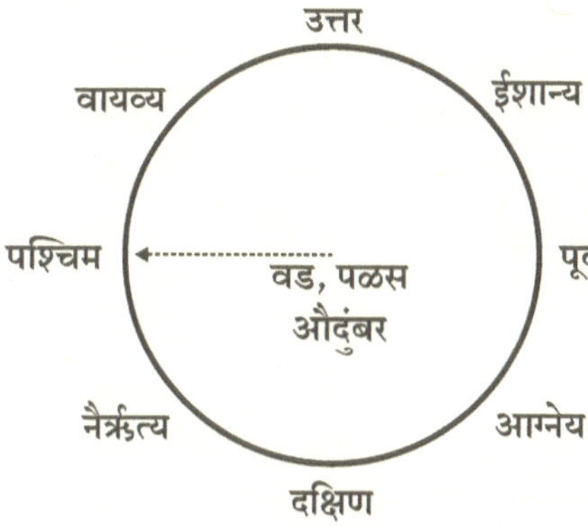

वराहमिहिरप्रणित भूजलशोधन पद्धतीचा यशस्वी वापर

- वराहमिहिर यांनी सांगितलेली भूपृष्ठाखालील जलशोधन पद्धती ही आजच्या काळातही उपयुक्त ठरू शकते, हे सर्वप्रथम १९८१मध्ये आंध्र प्रदेशातील चिनूर जिल्ह्यात पडलेल्या भीषण दुष्काळाप्रसंगी लक्षात आले. डॉ. ए. व्ही. ए. प्रसाद यांनी इस्रो आणि विद्यापीठ अनुदान मंडळ यांच्या मदतीने या भागात एक जलसंशोधन प्रकल्प हाती घेतला. त्या अंतर्गत वराहमिहिरांनी सांगितलेल्या जलशोधन लक्षणांनुसार १५० विहिरी व बोअरवेल खोदण्यात आल्या. यापैकी सर्वच्या सर्व, म्हणजे १५० विहिरींना पाणी लागले.
- लातूरजवळ रामेगाव येथील श्री. प्रकाश पाटील यांच्या शेतात उघड्या माळरानावर पाणी लागण्याची सुतराम शक्यता नव्हती. त्यांनी ५-६ वेळेला केलेले कूपनलिका खोदण्याचे प्रयत्न वाया गेले. अखेरीस, वराहमिहिरांच्या पद्धतीने त्यांनी पाण्याचा सहावा स्पॉट घेतला. त्यात बोरीचे झाड, पूर्वेला वारूळ, वारुळात पांढरा सर्प ही लक्षणे दिसली. १८० फुटांवर त्यांना सुमारे ३ इंच पाणी लागले.
- आंबेजोगाई तालुक्यातील धानोरा येथील श्री. महेंद्र मुंदडा यांनाही वराहमिहिर पद्धतीने पाणी लागले. त्यांनी बोरीच्या उत्तरेला आपट्याचे झाड व वारूळ ही लक्षणे पाहून तिथे खोदकाम केले. १८० फुटांवर पाणी लागले.
- सांगोल्यातील बागलवाडी येथील श्री. तुळशीराम साळुंके यांनी बोरीचे झाड, लिंबाचे झाड, दोन्ही झाडांच्या जवळ असलेले वारूळ ही लक्षणे पाहून खोदकाम केले. त्यांना १८० फुटांवर पाणी लागले.
- नांदेड जिल्ह्यातील किनवट येथील श्री. शंकर जाधव यांच्या शेतात औदुंबर, चिंच, बेल या वृक्षांजवळ पूर्वेला १० ते १५ फुटांवर खोदले असता अंजिरासारखा मुरुम व नंतर पाणी लागले.
- औरंगाबाद येथील श्री. शिरीष वरुरेकर यांनाही शेतात वराहमिहिर पद्धतीतील काही लक्षणे दिसली व त्याआधारे त्यांना पाणी लागले.

- नाशिक येथील असिस्टंट पोलिस कमिशनर श्री. याकुब जहीर बेग यांची त्रिंबकेश्वर रोड, महिरावणी येथे अडीच एकर शेती आहे व जवळच विहीरही आहे. लक्षणांनुसार खोदकाम केले असता विहिरीला भरपूर पाणी लागले. त्यांची विहीर शेजारच्या शेतालाही पाण्यासाठी उपयुक्त ठरली आहे.

- सोलापूर जिल्ह्याच्या करमाळा तालुक्यातील मु. पो. वंजारवाडी येथील श्री. उद्धव मुरलीधर राख यांनी बोरीच्या पूर्वेला वारूळ, दक्षिणेला लिंब व आपटा ही लक्षणे पाहून खोदकाम केल्यावर प्रथम लाल माती, नंतर काळा पाषाण व अखेरीस १८० फुटांवर पाणी लागले.

- विदर्भातील वाशिम जिल्ह्यात कृषि अधिकारी श्री. दिगंबर इंगोले यांनाही वराहमिहिर पद्धतीने, कमी प्रमाणात का होईना, पण पाणी मिळाले.

- नांदेडमधील डॉ. मुंदडा यांच्या शेतात औदुंबराच्या पश्चिमेला वारूळ आहे. तिथे खणताना त्यांना वराहमिहिराच्या लक्षणांनुसार घोरपडीचे पिल्लू सापडले व नंतर भरपूर पाणी लागले.

- वर्धा येथील श्री. श्रीकांत राऊत यांच्या शेतातील गोधनाच्या झाडाच्या पश्चिमेला १४ हातांवर उत्तरेला वारूळ, हिवराचे झाड आहे. वराहमिहिरांनी सांगितलेली ही लक्षणे असून गोधनाच्या दिशेने पाणी लागले. काळी माती-चुनखडी, रेती असे या स्पॉटचे स्वरूप आहे.

- इंदापूरमधील लोणी दिवेकर येथील श्री. सदाशिव शिंदे यांच्या शेतात औदुंबराच्या पश्चिमेला वारूळ व विहिरीला अखंड पाणी आहे. श्री. शिंदे (राखुंडे) हे जलमापन अधिकारी आहेत.

- औरंगाबाद येथील वार्ताहर श्री. शिरीष वझरेकर यांना वराहमिहिरांनी सांगितलेल्या लक्षणांवरून पाणी लागले.

- श्री. परशु मराठे यांच्या शेतात श्री. बळीराम राजपूत यांनी वराहमिहिर पद्धतीने पाण्याचे स्पॉट काढून दिले. आष्टी तालुका येथे वारूळ व हिवर, जांभळाच्या पूर्वेला वारूळ, वासनीचा वेल, मेंदी अशी स्पॉटची स्थिती आहे. या सर्व ठिकाणी पाणी लागले.

- शिर्डीतील येवले येथील श्री. रावसाहेब गंगाधर दाभाडे, सांगलीतील कृषी अधिकारी श्री. सुरेश पाटील व श्री. तांबोळे, जेजुरी, ताळेवाडी येथील

श्री. विजय घोलप व श्री. चंद्रकांत काळाणे यांनाही वराहमिहिर पद्धतीने पाणी लागले.

- नगर जिल्ह्यातील श्रीरामपूर येथील भैरवनाथ नगरचे श्री. दादासाहेब शिर्के यांनी सांगितले की ते डाऊसिंग पद्धतीने, नारळ, तांब्याची तार वापरून वारुळांच्या आधारे जलशोधन करतात. त्यांच्या संशोधनानुसार रुई, बोर, लिंब, महाडुक येथे ९० टक्के पाणी लागले.

- खटाव मायणी येथील श्री. जालिंदर बापूराव माळी पायाळू असून इंग्रजी वाय आकाराची लिंबाची काडी धरून पाणी पाहतात. रुईजवळ पाणी सापडते व वारुळे जलनिदर्शक आहेत, असे त्यांचेही मत आहे.

- कऱ्हाड येथील राजमाची येथे कृषिमहाविद्यालयात कार्यरत श्री. विजयकुमार वसंत गायकवाड एम.एस्सी (ॲग्री) असून त्यांचा जलसंशोधनाचा अभ्यास उत्तम आहे. त्यांना उंबर, बोर, पळस, आपटा, सोंदड, चिंच, रुई, रामवेल हे वृक्ष दिसले व तेथे पाणी सापडले. जिवंत वारुळांचे त्यांनी निरीक्षण केले. वैज्ञानिक पद्धती व वराहमिहिरांची जलसंशोधनाची पद्धती यांचा योग्य मिलाफ झाला तर पाणी निश्चित सापडते, असे त्यांचे मत आहे.

- सेंट्रल ग्राऊंड वॉटर बोर्डचे निवृत्त संचालक श्री. रमेशराव आगाशे यांची प्रतिक्रिया अत्यंत महत्त्वाची आहे. त्यांनी तब्बल ३३ वर्षे भूगर्भातील जलशोधन विषयातील काम यशस्वीपणे केले आहे. वराहमिहिरांची ही पद्धत पूर्णपणे वैज्ञानिक आहे व या पद्धतीचा वापर करून शेतकऱ्यांनी पाणी पाहावे, असे त्यांनी सांगितले.

याखेरीज, खालील व्यक्तींनी ही जलशोधन पद्धती वापरून पाणी मिळवले : नांदेड जिल्ह्यातील श्री. शंकर जाधव, त्रिंबकेश्वर रोज, वर्ध्याचे श्री. शशिकांत राऊत, श्री. पांडुरंग तावरे, पुण्याच्या रानडे मायक्रो न्युट्रिअंट्सचे श्री. फडणीस, चाळीसगाव तालुक्यातील मु.पो. देवरे येथील श्री. एकनाथ पोहरे, जळगाव जिल्ह्यातील रावेर येथील श्री. विश्वनाथ चौधरी, नाशिकमधील येवलास्थित श्री. भागवत, बुलढाणा जिल्ह्यातील सोनाळा येथील श्री. वर्मा, श्री. मुंबईतील श्री. नरेंद्र मोता, अकोला येथील श्री. प्रकाश वाघमारे, श्रीरामपूरमधील श्री. दादासाहेब शिर्के, राखुंडे, इंदापूर येथील श्री. सदाशिव बाळासाहेब शिंदे, सांगलीचे श्री. सुरेश पाटील,

औरंगाबादचे श्री. दशकर, नाशिकच्या सामाजिक वनीकरण विभागाचे निवृत्त संचालक श्री. काका चव्हाण, तेरखेडा येथील श्री. मच्छिंद्र जाधव, माळणीमधील श्री. जालिंदर माळी, माणकेश्वर, ता. भूण, जि. उस्मानाबाद येथील श्री. ज्ञानेश्वर जैन, दावतवाडी येथील श्री. कुलटे, गोंदिया येथील इंजिनीअर श्री. काळे, हिंगोलीमधील श्री. केशव जाधव, पुसेगांवमधील श्री. जगदाळे इत्यादी.

वराहमिहिराच्या शास्त्रशुद्ध पद्धतीने पाणी शोधणारे काही संशोधक

- श्री. दादासाहेब शिर्के (जि. नगर, भैरवनाथ नगर, श्रीरामपूर)
  दूरभाष : ९९२१७२०३७२
- श्री. विजयकुमार वसंत गायकवाड, एम.एस्सी ॲग्री
  दूरभाष : ९४२०५२५०९०
- श्री. मोहन दिवेकर (जिऑलॉजिस्ट)
  दूरध्वनि : ०२०-२४४७६१०९

तज्ज्ञांची प्रतिक्रिया

वराहमिहिरांनी आपल्या सूक्ष्म निरीक्षणांतून वनस्पती, प्राणी, कीटक, इत्यादींचा भूजलाच्या अस्तित्वाशी असलेला संबंध कार्यकारणभावामधून मांडल्याने मौलिक व वैज्ञानिक स्वरूपाचा आहे. पण तरीही वराहमिहिर यांच्या सूत्रांमधील काही भागांचे पूर्ण स्पष्टीकरण मिळत नाही. कुठलेही सूत्र हे सर्वसामान्य सत्य या स्वरूपात स्थापन करण्यासाठी प्रत्येक सूत्राला पुष्टी देणारा अनुभव पाच-पन्नास ठिकाणी यावा लागतो. अन्यथा, तो सार्वकालिक, सर्वमान्य सत्य अशा स्वरूपात स्वीकारता येत नाही.

वराहमिहिरांच्या सूत्रांचा जास्त सखोलपणे अभ्यास करावयाचा असेल तर प्रत्येक सूत्रात निर्दिष्ट केलेली परिस्थिती निदान दहा ठिकाणी तरी मिळेल हे स्थापित करण्यासाठी निरीक्षणे एकत्र करावी लागतील. शिवाय सूत्रात दिलेले सर्व संकेत मिळत असतानाही पाणी मिळाले नाही, असे होते का, हेही तपासावे लागेल. त्यामधून सूत्रांची विश्वसनीयता ८० टक्के की १०० टक्के हे ठरवता येईल.

ज्योतिष व पर्यावरणतज्ज्ञ वराहमिहिरांनी आपल्या निरीक्षणांतून विकसित केलेल्या भूजलशोधाच्या सूत्रांचे पुस्तक प्रसिद्ध करून डॉ. रजनी जोशी यांनी महत्त्वाचा अभ्यास पुन्हा नव्याने प्रकाशात आणण्याचे प्रशंसनीय काम केले आहे. या विषयासंबंधी लोकांकडून कळणारे विविध अनुभव ग्रथित करून हा अभ्यास पुढे चालू राहण्याची गरज आहे. तसेच, त्यामध्ये भूजलविज्ञांचे (भूजल तज्ज्ञ) साह्यही घ्यावे, असे सुचवावेसे वाटते.

रमेश आगाशे

निवृत्त संचालक, केंद्रीय भूजल मंडळ

लेखिका परिचय

प्रा. डॉ. रजनी जोशी
एम.ए., पीएच.डी.
इ-मेल : drrajanijoshi@gmail.com
पत्ता : उपळाई रोड, डॉ. नवले स्किन सेंटर मागे
बार्शी, जि. सोलापूर

- बार्शी (जि. सोलापूर) येथील श्री. शिवाजी महाविद्यालयातून संस्कृत विषयाच्या अधिव्याख्याता पदावरून सेवानिवृत्त
- 'महाभारतातील सांख्यदर्शन विचार' या विषयातील संशोधनाबद्दल विविध पारितोषिके व शिष्यवृत्त्या
- प्राचीन विज्ञान आणि शास्त्रांमधील रहस्ये मराठी भाषेत आणण्यासाठी प्रयत्नशील
- जानेवारी १९९९मध्ये राष्ट्रीय संस्कृत विद्यापीठ, तिरुपती (आंध्र प्रदेश) यांच्याकडून मानचिन्हाने सन्मानित
- Underground Water of Varahamihira's Bruhatsanhita या विषयावरील संशोधन प्रकल्पाला विद्यापीठ निधी अनुदानाकडून (यूजीसी) मान्यता
- जगन्नाथ संस्कृत विश्वविद्यालय (पुरी), ओरिसा येथील राष्ट्रीय परिषदेत 'वराहमिहिराचे भूगर्भस्थ जलसंशोधन' या विषयावर शोधनिबंध सादर

www.ingramcontent.com/pod-product-compliance
Lightning Source LLC
LaVergne TN
LVHW040821051026
849519LV00007BA/2696